D1763738

சின்னச் சின்னக் கட்டுரைகள்

கிழக்கு பதிப்பக வெளியீடுகளாக சுஜாதாவின் புத்தகங்கள்

மீண்டும் ஜீனோ
நிறமற்ற வானவில்
நில்லுங்கள் ராஜாவே
தீண்டும் இன்பம்
ஆஸ்டின் இல்லம்
அனிதாவின் காதல்கள்
நைலான் கயிறு
24 ரூபாய் தீவு
அனிதா இளம் மனைவி
கொலை அரங்கம்
கமிஷனருக்கு கடிதம்
அப்ஸரா
பாரதி இருந்த வீடு
மெரீனா
ஆர்யபட்டா
என் இனிய இயந்திரா
காயத்ரி
ப்ரியா
தங்க முடிச்சு
எதையும் ஒருமுறை
ஊஞ்சல்
ஓரிரவில் ஒரு ரயிலில்
மீண்டும் ஒரு குற்றம்
விக்ரம்
ஆ..!
நில், கவனி, தாக்கு!
வாய்மையே சில சமயம் வெல்லும்
வசந்த காலக் குற்றங்கள்
சிவந்த கைகள்
ஒரே ஒரு துரோகம்
இன்னும் ஒரு பெண்
6961
ஜோதி
மாயா
ரோஜா
ஓடாதே
மேற்கே ஒரு குற்றம்
விபரீதக் கோட்பாடு

ஐந்தாவது அத்தியாயம்
மலை மாளிகை
விடிவதற்குள் வா
மூன்று நாள் சொர்க்கம்
பத்து செகண்ட் முத்தம்
கம்ப்யூட்டர் கிராமம்
இளமையில் கொல்
மேகத்தை துரத்தியவன்
ஒரு நடுப்பகல் மரணம்
நகரம்
இதன் பெயரும் கொலை
மண்மகன்
தப்பித்தால் தப்பில்லை
விழுந்த நட்சத்திரம்
முதல் நாடகம்
ஆட்டக்காரன்
ஜன்னல் மலர்
என்றாவது ஒரு நாள்
வைரங்கள்
மேலும் ஒரு குற்றம்
சொர்க்கத் தீவு
கனவுத் தொழிற்சாலை
ஆயிரத்தில் இருவர்
பதினாலு நாட்கள்
உள்ளம் துறந்தவன்
பிரிவோம் சந்திப்போம்
கரையெல்லாம் செண்பகப்பூ
இரண்டாவது காதல் கதை
நிர்வாண நகரம்
குருபிரசாதின் கடைசி தினம்
இருள் வரும் நேரம்
திசை கண்டேன் வான் கண்டேன்
ஆழ்வார்கள் - ஓர் எளிய அறிமுகம்
தேடாதே
விருப்பமில்லாத் திருப்பங்கள்

கை
விரும்பிச் சொன்ன பொய்கள்
ஆதலினால் காதல் செய்வீர்
நூற்றாண்டின் இறுதியில் சில சிந்தனைகள்
அப்பா, அன்புள்ள அப்பா
மிஸ். தமிழ்த்தாயே, நமஸ்காரம்!
சிறு சிறுகதைகள்
வாரம் ஒரு பாசுரம்
வானத்தில் ஒரு மௌனத்தாரகை
கடவுள் வந்திருந்தார்
அனுமதி
ஓலைப் பட்டாசு
சேகர், சிங்கமய்யங்கார் பேரன்
கம்ப்யூட்டரே ஒரு கதை சொல்லு
டாக்டர் நரேந்திரனின் வினோத வழக்கு
நிஜத்தைத் தேடி
பாதி ராஜ்யம்
சில வித்தியாசங்கள்
21ம் விளிம்பு
சின்னச் சின்னக் கட்டுரைகள்
ஜீனோம்
கற்பனைக்கும் அப்பால்
மனைவி கிடைத்தாள்
மத்யமர்
ஓரிரு எண்ணங்கள்
ரயில் புன்னகை
தோரணத்து மாவிலைகள்
விவாதங்கள் விமர்சனங்கள்

சின்னச் சின்னக் கட்டுரைகள்

சுஜாதா

கிழக்கு

சின்னச் சின்னக் கட்டுரைகள்
Chinna Chinna Katturaigal
by *Sujatha*
Sujatha Rangarajan ©

First Edition: April 2017
136 Pages
Printed in India.

ISBN 978-81-8493-721-3
Kizhakku - 978

Kizhakku Pathippagam
177/103, First Floor,
Ambal's Building, Lloyds Road,
Royapettah, Chennai - 600 014.
Ph: +91-44-4200-9603
Email : support@nhm.in
Website : www.nhm.in

◼ kizhakkupathippagam
◼ kizhakku_nhm

Kizhakku Pathippagam is an imprint of New Horizon Media Private Limited.

This book is sold subject to the condition that it shall not, by way of trade or otherwise, be lent, resold, hired out, or otherwise circulated without the publisher's prior written consent in any form of binding or cover other than that in which it is published and without a similar condition including this the rights under copyright reserved above, no part of this publication may be reproduced, stored in or introduced into a retrieval system, or transmitted in any form or by any means (electronic, mechanical, photocopying, recording or otherwise), without the prior written permission of both the copyright owner and the above-mentioned publisher of this book.

இலக்கியக் கூட்டங்களில் கவனமின்றித் தூங்கிவிட்டு
அரசியல் கூட்டங்களில் விழித்துக் கொண்டிருந்ததற்கும்
துக்கம் விசாரிக்கச் சென்றிருந்த இடங்களில்
பக்கத்து ஓட்டலில் போய் பசியாரத் தின்றதற்கும் - இவ்வாறு
எண்ணிக்கை இல்லாத எத்தனையோ பாவங்கள்
மன்னிக்க வேண்டுகிறேன் மாண்புமிகு பகவானே!

- சுஜாதா

உள்ளே

1. பிப்ரவரியில் டில்லி / 09
2. டெலிவிஷன் / 12
3. கம்ப்யூட்டர் / 16
4. புதுக்கவிதை / 20
5. மோட்ஸார்ட் / 24
6. சின்னச் சின்னப் பாவங்கள் / 27
7. ந்யூயார்க் ந்யூயார்க் 1 / 30
8. ந்யூயார்க் ந்யூயார்க் 2 / 33
9. ந்யூயார்க் ந்யூயார்க் 3 / 36
10. ந்யூயார்க் ந்யூயார்க் 4 / 39
11. மாண்ட்ரியால் / 41
12. அமெரிக்கா, விளம்பரம் / 44
13. பாபு ஜக்ஜீவன்ராம் / 48
14. ஒரு புத்தகம் / 51
15. தேசிய ஒருமைப்பாடு? / 55

16.	நாட்டுப்புறக் கதைப் பாடல்கள்	/	59
17.	மேடைப் பேச்சு	/	63
18.	தாத்தாவைப் பற்றி	/	66
19.	மூட நம்பிக்கைகள்	/	70
20.	டி.வி. விளம்பரம்	/	73
21.	மூளைக்கு வேலை	/	76
22.	ஒரு புதிய அணி	/	80
23.	டாக்டர் விஜயராகவன்	/	83
24.	மூன்று திரைப்படங்கள்	/	87
25.	ஏ.கே. ராமானுஜன்	/	92
26.	ஸார்க்	/	96
27.	சங்கர் ரமணி	/	100
28.	ஒரு படம் உருவான கதை	/	102
29.	ஒரு சினிமா அனுபவம்	/	115
30.	எது சஸ்பென்ஸ்?	/	122
31.	ராயகோபுரம்	/	128

1. பிப்ரவரியில் டில்லி

ஒவ்வொரு முறை செல்லும் போதும் டில்லி முன்னேறிக் கொண்டு வருவதைக் கவனித்து வந்திருக்கிறேன். இம்முறை (இதை நான் எழுதியது பிப்ரவரியில்) போன போது டில்லியின் டெலிபோன் டைரக்டரியின் அனுபந்தத்தில் முதன் முதல் பெயர் ஏ.ஏ.அபார்ஷன் கிளினிக்.

லண்டன் தரையடி ரயில் நிலையங்களில் எஸ்கலேட்டிக் கொண்டு செல்லும்போது சுவர் விளம்பரங்களில் அவசர அபார்ஷனுக்குத் தொடர்பு கொள்ள என்று டெலிபோன் நம்பர் எழுதியிருப்பதைப் பார்த்திருக்கிறேன். டில்லி, லண்டன் அளவுக்கு முன்னேறிவிட்டது.

டில்லியில் மட்டும்தான் பஸ்களில் கண்டக்டர் உட்கார்ந்திருக்க, நாம் அவரைத் தேடிப்போய் டிக்கெட் வாங்கிக்கொள்ளவேண்டும்.

டில்லித் தமிழர்கள் மூன்று வகைப்பட்டவர்கள். ஒன்று, ஐ.ஏ.எஸ் அதிகாரிகள். இவர்களுக்கு 'டமிலே' பேஷத் தெரியாது. இரண்டாவது

வகை, கரோல்பாக், ஜனக்புரி மத்திய வர்க்கம். அஸிஸ்டண்ட்டு கள், கிளார்க்குள், டைபிஸ்ட்டுகள். பஸ் பிடிப்பது இவர்கள் தினசரி வாழ்வில் ஒரு பிரகாச நிகழ்ச்சி.

மூன்றாவது, ஏழைத் தமிழர்கள். திருவண்ணாமலை, வேலூர், சேலம், மதுரை, விருதுநகர், திருநெல்வேலியிலிருந்து வீட்டு வேலைக்கும், பாத்திரம் கழுவவும், தார் ரோடு போடவும், பேப்பர் விற்கவும், பிச்சையெடுக்கவும், டில்லி தரும் ஏராளமான சந்தர்ப்பங்களை நோக்கி வந்திருக்கும் தமிழர்கள். இவர்கள் வாழ்க்கை நிலையில்தான் கணிசமான முன்னேற்றத்தைக் கண்டேன்.

சாலைகளில் காகிதக் குப்பை பொறுக்குபவர்கள் முன்பெல்லாம் சாக்குப்பை வைத்திருப்பார்கள். இப்போது பிளாஸ்டிக் பை வைத்திருக்கிறார்கள். குளிருக்குப் போத்திக் கொள்ள ஓரிரண்டு பேர் ஸ்வெட்டர்போட்டுக் கொண்டிருப்பதைப் பார்த்த ஞாபகம். பல தமிழர்கள் இந்தி கற்றுக் கொண்டு இப்போ தெல்லாம் இந்தியிலேயே பிச்சை எடுக்கிறார்கள். வீட்டு வேலை செய்யும் சேலத்துத் தமிழர்களுக்கெல்லாம் பத்துப் பதினைந்து ரூபாய் சம்பள உயர்வு கிடைத்திருக்கிறது.

டில்லியில் வானிலையிலும் முன்னேற்றம். பொல்யூஷன் அதிக மாகி மூடுபனி இப்போதெல்லாம் நாள் முழுவதும் விலகுவ தில்லை. உயர உயர ஓட்டல் கட்டடங்கள் அதிகமாகிவிட்டன. அவைகளில் நெருப்பு பற்றிக் கொண்டு எரிந்தால் அணைப் பதற்கு நவீன கருவிகள் வைத்திருக்கிறார்கள். எரிந்து போனவர் களை வந்து பார்க்க, இளம் மந்திரிகள் இருக்கிறார்கள்.

வெடிகுண்டு வீசும் தீவிரவாதிகளை ஓசைப்படாமல் அழைத்துப் போக, மூலைக்கு மூலை போலீஸ் காத்திருக்கிறது.

டில்லி டெலிவிஷனில் இரண்டு சானல் வந்துவிட்டது. முதல் சானலில் ராஜீவ் காந்தியும், இரண்டாவது சானலில் ராஜீவ் காந்தியும் காட்டுகிறார்கள். 'டெலிடெக்ஸ்ட்' என்று புதிய வசதி வந்து, டி.வி. திரையிலேயே ரயில் எட்டு மணி நேரம் லேட்டு என்பதையும் ப்ளேன் ஒன்பது மணி நேரம் லேட்டு என்பதையும் ஒரு செகண்டில் கேட்டுத் தெரிந்து கொள்ள முடிகிறது.

இந்த முறை டில்லிக்குச் சென்றிருந்தபோது உலகப் புத்தகச் சந்தைக்குச் சென்றிருந்தேன். ஏழு பிரம்மாண்டமான ஹால்

களில் மூச்சுத் திணறும் அளவுக்குப் பல்லாயிரக்கணக்கான புத்தகங்கள். டில்லி போன்ற அநாகரிக நகருக்கு வேஸ்ட் என்று தோன்றியது. என்னையும் சேர்த்து முப்பது பேர் இருந்தார்கள். தமிழ்ப் பகுதியில் மதுரை காமராசர் பல்கலைக்கழகமும் (அகிலனின் ஒப்பாய்வு), தமிழக அரசு பாடப்புத்தக நிறுவனம் (பகுப்பியல் கணிதம்), கோவை புத்தக வியாபாரி ஒருவரும் கடை வைத்திருந்தார்கள். ஆளவரமில்லாது நிச்சலமாக நொந்து போய் உட்கார்ந்திருந்தார்கள். டில்லிக்குப்போய் 'முத்துப் பட்டன் கதை' வாங்குவேன் என்று எதிர்பார்க்கவே இல்லை.

இம்மாதிரியான புத்தகச் சந்தைகளைப் பார்த்தால் எனக்கு ஒரு வெறி வந்து வர்ஜ்யா வர்ஜ்யமில்லாமல் கையில் இருக்கிற காசையெல்லாம் ஒழித்தே கட்டி விடுவேன். இம்முறையும் காசு தீர்ந்துவிட்டதாலும், எனக்கு திபேத்திய மொழி தெரியாத தாலும், பனாரஸிதாஸ் வெளியிட்ட சமஸ்கிருத - திபேத்திய அகராதி வாங்கவில்லை.

எழுதுவது எப்படி என்று என்னைக் கேட்டுப் பல கடிதங்கள் வருகின்றன. என்னால் அதை விளக்கமாகச் சொல்ல முடியும் என்று தோன்றவில்லை. பதிலாக எழுத்துக் கலையைப் பற்றிச் சில நல்ல எழுத்தாளர்களும் அறிஞர்களும் சொன்னதை வாராவாரம் சொல்கிறேன்.

இந்த வாரம் அரிஸ்டாடில்:

'நன்றாக எழுதுவதற்கு அறிஞர்களைப் போலச் சிந்தித்து, சாதாரண மக்களைப் போல வெளிப்படுத்து.'

2

டெலிஷின்

மறைந்த பிரதமர் இந்திராகாந்தி, ஹாஸனில் (கர்நாடகா), 'இன்ஸாட்' செயற்கைக் கோளின் கண்ட்ரோல் கேந்திரத்தைத் தொடங்கிவைக்கும் போது, 'இந்தச் செயற்கைக்கோள் இந்திய விவசாயிக்குப் பருவ மழையைப் பற்றிச் செய்தி தரவும், இந்தியாவின் ஒவ்வொரு கிராமத்துக்கும் உயர்தரக் கல்வி பரவுவதற்கும் உபயோகப்படும். அதற்குத்தான் இத்தனை செலவு செய்து ஸாட்டிலைட் அனுப்பியுள்ளோம்.' என்று சொன்னார்.

சொல்லி இரண்டு வருஷத்துக்கு மேலாகி விட்டது. இன்றைய தினங்களில் இன்ஸாட் - 1பி என்னும் ஸாட்டிலைட் எந்த முறையில் பயன்படுகிறது? பார்க்கலாம்.

நாடு முழுவதும் Data collection platform என்று வைத்து வானிலைத் தகவல் சேர்த்து, மேலே செயற்கைக்கோளுக்கு அனுப்பி, அதை டில்லி யில் வாங்கி, கம்ப்யூட்டர்களில் போட்டு அரைத்துப் பதம் பண்ணி, படம் வரைந்து, தினம் ராத்திரி டி.வி செய்தி அறிவிப்பின்

இறுதியில் ஒரு இண்டியா மேப் போட்டுக் காட்டி, மழை பெய்து கொண்டிருக்கும் இடங்களில் மழை பெய்யக்கூடும் என்று சொல்லிவிட்டு, நான்கு மகா நகரங்களின் உஷ்ணம் சொல்லி விட்டு பென்சிலை மூடிவிட்டு, சிரித்துவிட்டுத் தேய்கிறார்கள். புயல் வரும்போது மட்டும் புயல் வரப்போகிறது என்றால் நெல்லூரில் நுழைகிறது என்கிறார்கள். நெல்லூர் என்றால் சிலோனில் கடக்கிறது.

இந்திய விவசாயிக்குப் புயல் பிரயோசனமில்லை. அவருக்குத் தேவை எப்போது விதைக்கலாம். எப்போது வாய்க்காலிலும் நதி யிலும் தண்ணீர் வரும் போன்ற விவரங்கள்தாம். இந்த விவரங் களை 'இன்ஸாட்' தருவதில்லை.

அடுத்து கல்வி: ஒரு நாளைக்கு இரண்டு முறை பிற்பகல் 12-45, மாலை 4 மணிக்கு யூ.ஜி.ஸி. பாடங்கள் ஒளிபரப்புகிறார்கள். இந்தப் பாடங்களின் ஒரு நாள் ஸாம்பிள் -

முதலில் ஓம் விதி (Ohm's law) பற்றிய பாடம். அடுத்து, Fourier Transform *என்று கணிதத்தில் சிக்கலான பாடம். அதன்பின் ஆப்பிரிக்க தேசத்தில் குறைந்த செலவில் கக்கூஸ் கட்டுவதைப் பற்றி ஒரு சித்திரம். நேரம் பாக்கியிருந்தால் 'பூட்டான்' என்ற டாக்குமெண்டரி (பிலிம் டிவிஷன்) இருக்கவே இருக்கிறது. யாருக்குப் பாடம் இது? யாரை ஏமாற்றிக் கொண்டிருக்கிறார்கள்?*

இப்படி விவசாயம், கல்வி என்று பெயர் பண்ணிவிட்டு, மற்ற நேரங்களில் வியாபார டெலிவிஷன், ஸாட்டிலைட் நேரத்தை ஆக்கிரமித்துக்கொண்டிருக்கிறது. இதைப்போல ஒரு நாடு தழுவிய கலாச்சார பலாத்காரம் நவீன சரித்திரத்தில் கிடையாது. மிருணாள் சென் சொல்லும் மூன்று பைசா 'பம்பாய் சித்ரஹார் கலாச்சாரம்' நம்மேல் திணிக்கப்படுவதை நாம் கண்கொட்டாமல் கிரகித்துக் கொண்டிருக்கிறோம். முழுக்க முழுக்க சோப்பு பவுடர் விளம்பரங்கள். பானங்கள், சருமக் கலங்கல்கள், களிம்புகள், அலங் கரிக்கப்பட்ட குப்பைகள்! ஸூப்பர் ரின் உபயோகிப்பவர்கள் அனைவரும் வாழ்க்கையில் வெற்றி பெறுகிறார்கள். உபயோகிக் காதவர்கள் தடுக்கி விழுந்து முட்டி மோதி அடிபட்டுக் கொள்கிறார் கள். 'ஃபேர் அண்ட் லவ்லி' உபயோகிக்கும் பெண்களுக்கு கல்யாணம் ஆகிறது.

ஒரு வி.ஐ.பி. ஸூட்கேஸ் வாங்கினால் 5000 ரூபாய் லாபம்.

விளம்பரங்களே பரவாயில்லை என்று சொல்லும்படி நிகழ்ச்சிகள். அமெரிக்க 'ஸோப்'பின் மோசமான பிரதிகள் 'காந்தான்' என்கிற தொடர்கதையில் (டல்லஸ் டைனாஸ்டியில் போல) பணக்காரர்கள் பேரம்பேசி, சோரம் போகிறார்கள். 'கரம்சந்தில்' பணக்காரர்கள் கொலை செய்து நகை விற்கிறார்கள். 'யெ ஜோ ஹை ஜிந்திகி'யில் பணக்காரர்கள் கிச்சுகிச்சு மூட்டிக் கொள்கிறார்கள்.

விவாத நிகழ்ச்சிகளில் (போகஸ், பனோரமா) நரைத்த தலைக்காரர்கள், வழுக்கையாளர்களுடன் இங்கிலீஷ் பேசிப் பேசி மாய்கிறார்கள். செய்திகளில் அரசாங்க நெடி தூக்கி அடிக்கிறது. போதாக்குறைக்கு இந்தி!

இந்தி அறிவிப்பு, இந்தி விவாதம்,இந்தி செய்தி, இந்தி கவிசம் மேளனம், இந்தி வர்ணனை... இந்தி தெரியவில்லையெனில் அந்த இந்திக்காரக்குட்டிகள் என்ன புடவை கட்டியிருக்கிறார்கள் என்று பார்த்துக் கொண்டிருக்க வேண்டும்.

நேஷனல் ப்ரொக்ராம் ஆஃப் டான்ஸ் என்று ஒன்று உள்ளது. இதில் நடனம் ஆடுவதற்குக் கீழ்க்கண்ட தகுதிகள் வேண்டும்.

1. உங்கள் கணவர் ஐ.ஏ.எஸ் ஆபீசராக இருக்க வேண்டும்.

2. உங்களுக்கு 50 வயது நிறைந்திருக்க வேண்டும்.

டெலிவிஷனில் நல்லதே இல்லையா? இருக்கிறது. புதன்கிழமை ஒளிபரப்பாகும் எம்.ஜே.அக்பரின் 'நியூஸ்லைன்' (இது அதிக நாள் தாங்காது.) வியாழன் 'ஏக் கஹானி' (வாரம் ஒரு இந்திய இலக்கியச் சிறுகதை), ஞாயிறு 'வால்ட் டிஸ்னி', 'தர்பண்', மாலை 'வர்ல்ட் ஆஃப் ஸ்போர்ட்'டின் சில பகுதிகள். க்விஸ்டைம். க்வஸ்ட் (கல்கத்தா நிலையத்தின் விஞ்ஞான க்விஸ்) பி.பி.ஸி. க்ரானடா விலிருந்து இறக்குமதி செய்யப்பட்ட சில நிகழ்ச்சிகள் (ஸர்வைவல்,ஸிவிலிஸேஷன்), கார்ள் ஸேகனின் 'காஸ்மாஸ்' இவைகளையெல்லாம் இந்திய விவசாயிக்கு வந்தனத்துடன் ரசிக்கிறேன். ஜனவாணியின் சில கேள்விகளும், போதைப் பொருள்கள் ஊதுபவர்களையும் சிவப்பு விளக்கு விபசாரிகளையும் நேர்முகமாகக் கண்ட சில அப்பட்டமான பேட்டிகளும் இந்தச் சாதனத்தின் உண்மையான சக்தியை நிரூபித்தாலும், இந்தி தெரியாமல் இந்திய டெலிவிஷனை ரசிப்பது கஷ்டம்தான்.

எர்னஸ்ட் ஹெமிங் வேயின் சிறுகதைகள் சமகால எழுத்தாளர்கள் அத்தனை பேரையும் பாதிக்கிறது என்று சொல்வார்கள். அவர் சொன்னது:

'நான் பார்ப்பதை, உணர்வதை, என்னால் முடிந்தவரை மிகச் சிறந்த மிக எளிய முறையில் எழுதுவதே என் குறிக்கோள்.'

3. கம்ப்யூட்டர்

ராஜீவ் காந்திக்கும் கம்ப்யூட்டர் மொழி ஃபார்ட்ரான் தெரியுமாம். அவர் வந்த பின் டில்லியில் அரசாங்க நாய்க்குட்டி கூட கம்ப்யூட்டர் பேச ஆரம்பித்துவிட்டது. டிபார்ட்மெண்ட் ஆஃப் எலக்ட்ரானிக்ஸ் ஸி.ஜி.ஓ. காம்ப்ளெக்ஸில் தேசிய தகவல் இயல் கேந்திரம் அமைத்து ஜப்பானிலிருந்து ஒரு ராட்சச கம்ப்யூட்டர் வைத்திருக்கிறார்கள். ஒவ்வொரு சர்க்கார் இலாகாவும் வெறிபிடித்தது போல கம்ப்யூட்டர், கம்ப்யூட்டர் என்று அலைகிறார்கள். கிழவர்கள் இருபத்தோராம் நூற்றாண்டில் கால் வைப்பது எப்படி என்று டி.வியில் யோசனை சொல்லிக் கொண்டிருக்கிறார்கள். தேர்தல் அறிவிப்புகளிலிருந்து தேங்காய் எண்ணெய் உற்பத்தி வரைக்கும் கம்ப்யூட்டர்தான்!

சமீபத்தில் அரசாங்கம் கொள்கையில் மனம் மாறி இறக்குமதியைத் தளர்த்தியதில் நிறைய பேர் கம்ப்யூட்டர் தயாரித்து விற்கத் தொடங்கிவிட்டார்கள். தயாரிப்பு என்றால் என்ன?

ஆங்காங், தென்கொரியா, தாய்வானிலிருந்து அக்கக்காக வாங்கி வந்து, இங்கு மறுபடி சேர்த்து, லேபல் மாற்றி விற்பது! இப்படி இன்றைய தேதிக்கு சுமார் 40 கம்பெனிகள் ஐ.பி.எம்.பி.ஸி. (I.B.M.P.C.) என்கிற பிரசித்தமான கம்ப்யூட்டரின் பிரதிகள் செய்து விற்கின்றன. சுமார் 50,000த்துக்கும் வாங்க முடியும். விலை சரிந்து கொண்டிருக்கிறது.

இது மட்டுமின்றி அரசாங்கம் சம்பந்தப்பட்ட நிறுவனங்கள் சகட்டுமேனிக்கு இறக்குமதிக்கும் கோடி ரூபாய் கம்ப்யூட்டர் களும் பெருகிக் கொண்டு வருகின்றன. பெங்களூரிலேயே இம் மாதிரி 12 கம்ப்யூட்டர்கள் இருக்கின்றன. இதெல்லாம் சென்ற ஒன்றரை வருஷங்களில்.

ஒரு நாட்டின் தலைவனின் சொந்த விருப்பம் அல்லது சலுகை எப்படி காட்டுத்தனமாக நாடு முழுவதும் பரவுகிறது என்பதற்கு கம்ப்யூட்டரின் பரவலே அத்தாட்சி.

ராஜீவை 'கம்ப்யூட்டர்ஜி' என்று அழைக்கிறார்கள். 'இன்டோ னெட்' என்று நகரங்களில் பெரிய கம்ப்யூட்டர்களை ஒன்றுக் கொன்று செய்தி பரிமாறிக் கொள்ள, ஸாட்டிலைட் தரையடி கேபிள்கள் மூலம் இணைக்கப்போகிறார்கள். வங்கிகளில் இன்ன தேதிக்குள் கம்ப்யூட்டர் கொண்டு வரவில்லையெனில் 'படவா கையை ஒடிப்பேன்' என்று உத்தரவு கொடுத்துவிட ஏதாவது டப்பா கிடைத்தால் போதும் என்று வாங்கிக் கொண்டிருக் கிறார்கள். டை கட்டிய கம்ப்யூட்டர் விற்பனை இளைஞர்கள் நெருப்பாய்ப் பறந்து கொண்டிருக்கிறார்கள்.

கம்ப்யூட்டர் கொண்டு வருவதால் வருகிற புதன் கிழமைக்குள் சுபிட்சம் என்று எண்ணினால் அது மடத்தனம். கம்ப்யூட்டர் மிக வேகமான தகவல் கணக்கு இயந்திரம் அவ்வளவே! அதில் ஹார்ட்வேர், ஸாஃப்ட்வேர் என்று இரண்டு பகுதி உள்ளது. ஹார்ட்வேர் என்பது பெட்டி! டி.வி. போன்ற திரை, கீபோர்டு மற்றும் உள்ளே உள்ள மெமோரி காந்தத் தகடுகள் போன்ற சமாசாரங்கள். காசு கொடுத்தால் அடுத்த தினம் கொண்டு வைத்து விடுவார்கள். வாங்கி ஏ.ஸி. அறைக்குள் வைத்துக் கொள்ள லாம். அவ்வளவுதான்!

'ஸாஃப்ட்வேர்' இல்லையேல் அது கட்டின பசு. ஸாஃப்ட்வேர் என்பது அப்படி வாங்கிய கம்ப்யூட்டரை நாம் உபயோகிக்க

அதற்குத் தரப்படும் ஆணைகள் திறமையான வேலைக்காரனை தண்டச்சோறு போட்டும் வைத்திருக்கலாம். சாமர்த்தியமாகவும் வேலை வாங்கலாம். ஸாஃப்ட்வேர் என்பதுதான் கம்ப்யூட்டரின் சூட்சுமம்! இதற்கான பயிற்சித் தலங்கள் இந்தியாவில் சில ஐ.ஐ.டி.க்களிலும் சிற்சில பல்கலைக்கழகங்களிலும்தான் இருக்கின்றன. (பேப்பரில் கம்ப்யூட்டர் கற்றுத் தருவதாக வரும் விளம்பரங்களை நம்பாதீர்கள்.)

கம்ப்யூட்டர் என்பது ஒரு கருவி மட்டும் இல்லை. ஒருவிதக் கலாச்சார மாற்றம். மனமாற்றம். அதற்கு உபதேவைகள் பல உண்டு.

நம்நாட்டில் கம்ப்யூட்டர்கள் தேவையற்ற இடங்களில் பயன்படுத்தப்படுகின்றன என்று விஷயம் தெரிந்தவர்கள் சொல்கிறார்கள். ரயில்வே ரிஸர்வேஷனுக்கு கம்ப்யூட்டரை பயன்படுத்து முன், ரயில்கள் நேரத்தில் வந்து சேரவும், அதைவிட முக்கியமாக, கூட்ஸ் வண்டி 'வாகன்' போக்குவரத்தைக் கட்டுப்படுத்தவும் கம்ப்யூட்டரை உபயோகித்தால் அதன் மூலம் 150 மில்லியன் டன் அமோக விளைச்சலிருந்தும், பஞ்சாபில் தானியம் கொட்டிக்கிடக்க, தென்னாட்டில் பட்டினியினால் தவிப்பதைத் தவிர்க்கலாம். அதேபோல், மின்சார பில்களுக்கு கம்ப்யூட்டர் உபயோகப்படுத்துமுன் மின் உற்பத்தியின் விரயத்தில் ஒரு சதவிகிதம் தவிர்த்தால் கூட நானூறு கோடி மிஞ்சும்! ஏர்லைன்ஸ் டிக்கெட் கொடுப்பதைவிட விமானங்களின் ரூட்டிங் என்பதற்கு லீனியர் ப்ரொக்ராம் உள்ளது. (சமீபத்தில் கர்மார்கர் என்கிற இந்தியர் அமெரிக்காவில் புரட்சிகரமான மாறுதலை இதில் கொண்டுவந்திருக்கிறார்.)

இதுவரை கம்ப்யூட்டர் பயன்படுத்துவதெல்லாம் மந்திரிகளுக்குப் புரியும், தெரியும் இடங்களில்தான்! ஆரவாரமில்லாத வேறு எத்தனையோ உபயோகங்கள் உள்ளன.

ராமகிருஷ்ண ஹெக்டே சொன்னது எனக்கு உறுத்துகிறது.

'முதலில் எல்லோருக்கும் சோறு கிடைக்கட்டும்.'

அந்தச் சோறு கிடைக்க வைப்பதுதான் கம்ப்யூட்டரின் முதல் உபயோகம்.

வழக்கம்போல் எழுத்தாளர் வாக்கியம். இந்த முறை ஜான் ஹெர்ஸே.

'எழுத்து என்பது தினம் உட்கார்ந்து கொண்டு தினம் கட்டாயமாக எழுதுவது; மார்புக்குள்ளிருந்து மேதைத்தனம் என்னும் அந்த நீல ஒளிக்குக் காத்திருப்பதல்ல - திரும்பத் திரும்ப எழுதுவது - மகிழ்ச்சியோ, வலியோ எழுதுவது! எழுத்து என்பது நிறையக் கிழித்துப் போடுவது, நிறைய எழுதுவது. எழுதியதில் திருப்திப் படாமல் இருப்பது... மீண்டும் எழுதுவது!'

4

புதுக்கவிதை

புதுக்கவிதையுடன் ஆரம்ப நாள்களிலிருந்து எனக்குப் பரிச்சயம் உண்டு. பாரதியின் 'காற்று, 'காட்சி' போன்ற வசனக் கவிதைகளை புதுக் கவிதைக்கு உதாரணமாகச் சொன்னாலும் பாரதி ஆதாரமான மரபுக் கவிஞர்தான். அவர் எழுதிய கவிதைகளில் மிகப்பெரும்பான்மை சுத்தமான மரபு பெற்று பலவித விருத்தம், வெண்பாக் களின் வடிவுபெற்றவை. பாரதி தன் கவிதை களின் வடிவத்தில் செய்த புதுமை, நொண்டிச் சிந்து கண்ணிகள் போன்ற எளிய சந்தங்களைக் கொண்டு வந்ததே. பாரதி எத்தனையோ வடிவங்களில் பரிசோதனை பண்ணிப்பார்த் தார். அதில் வசனக் கவிதையும் செய்துபார்த் தார். ஐரோப்பிய vers libre வடிவமும் விட்மன் பற்றியும் அவர் கேள்விப்பட்டிருக்கலாம்.

தமிழில் நிசமான புதுக்கவிதையின் தீவிரமான முன்னோடிகள் கு.ப. ராஜகோபாலன், ந. பிச்ச மூர்த்தி என்று சிலர் சொல்கிறார்கள். கு.ப.ரா வின் வடிவை வசனக் கவிதையென்றுதான் சொல்ல வேண்டும். பிச்சமூர்த்தி 'காட்டு

வாத்து' போன்ற பாட்டுக்களில் புதுக்கவிதை வடிவைத் தொட்டிருக்கிறார். புதுமைப்பித்தன் சற்றே தளை தட்டும் மரபு ரூபத்தில் நையாண்டிக் கவிதைகள் எழுதியுள்ளார். படிப்பதற்கு தமாஷாக இருக்கும். வடிவத்தில், உள்ளடக்கத்தில் புதுக் கருத்துக்கள் வந்தன. 1950களில், சி.சு. செல்லப்பாவின் எழுத்து, பத்திரிகை மூலம்தான். அப்போதுதான் புதுக்கவிதைக்கு ஓர் இயக்க ரூபமும் அந்தஸ்தும் ஏற்பட்டது. அந்த விதத்தில் 'புதுக் குரல்கள்' என்று சி.சு.செ. வெளியிட்டதுதான் முதல் புதுக் கவிதைத் தொகுப்பு.

60-70-களை புதுக்கவிதையின் உச்சகட்டம் என்று சொல்லலாம். அதன் வரம்புகளும் கவலைகளும் விஸ்தரிக்கப்பட்டு, அது ஒரு கொள்கைவிளக்கக் கருவியாக மாறி, பண்டிதர்களால் மெல்ல அங்கீகரிக்கப்பட்டு, கவியரங்கங்களில் இடம் பிடித்து, கல்லூரி மாணவிகளால் ஆதரிக்கப்பட்டு, புதுக்கவிஞர்களின் சனத்தொகை பரவி, இப்போது ஒரு விதமான பீட பூமிக்கு வந்துவிட்டது என்று சொல்லலாம். திகட்டத்திகட்ட நிறையவே எழுதியாகி, இன்று வாரப்பத்திரிகைகளின் ஃபில்லர் மேட்டர் ஸ்தானத்துக்கு வந்து விட்டது. 'ரெண்டு இன்ச் புதுக்கவிதை குடுய்யா.' அந்த அளவுக்கு அமோக விளைச்சல், குப்பையும் கூளமும் ரத்தினமுமாக! இன்று புதுக்கவிதை அலுக்க ஆரம்பித்துவிட்டது. அதன் ஆரம்ப உத் வேகங்கள் அடங்கிப்போய் நல்ல கவிதைகள் கிடைப்பது மேலும் மேலும் அரிதாகிக்கொண்டு வருகிறது.

புதுக்கவிதையை ஞாபகம் வைத்துக் கொண்டு சொல்வது, அதன் சந்தமற்ற வடிவக் கோளாறினால், இன்னும் கஷ்டம். 'யாதும் ஊரே யாவரும் கேளிர்' என்பதை ஏறக்குறைய இரண்டாயிரம் வருஷம் கழித்து இன்றும் நாம் உச்சரிக்க முடிவதற்குக் காரணம் அதன் எதுகைதான். புதுக்கவிதையில் அந்தச் சௌகரியம் இல்லாததால் அது நிலைத்துநிற்க முழுக்க முழுக்க கருத்தையே நம்பியிருக்கிறது.

இன்றைக்கு எழுதப்படும் புதுக் கவிதைகளைச் சீக்கிரம் நான் கைந்து வகைப்படுத்திவிடலாம். (வாணியம்பாடி, கோவை, சிவ கங்கை, திருநெல்வேலி) அப்துல்ரகுமான் போன்ற வாணியம் பாடிப் பள்ளிக்காரர்கள் தோற்றுவித்த உருவகக் கவிதை வடிவத்தை இன்றைக்கு உண்டு இல்லை என்று பண்ணிவிட்டார்கள். யார்தான் எழுதுவது என்று விவஸ்தையில்லாமல் போய் நாயடி பட்டு

விட்டது இந்தவகை. இதன் சிறந்த உதாரணங்கள் ரகுமானின் கவிதைகளில் உள்ள ரிவர்ஸ் மெடஃபர் என்று சொல்லும் மாற்று உருவங்கங்கள்தாம் (முகம் போலச் சந்திரன்).

கோவை: சிந்தனை விளக்கம், கொள்கை விளக்கம், புரட்சிக் கருத்துக்கள், இன்னபிற வானம்பாடிக் கவிஞர்கள் தொடங்கி வைத்தது. இன்றைக்கு தேதிக்கு விளக்கக் கொள்கைகள் தீர்ந்து விட்டதால் இந்தவகை புதுக்கவிதை வழக்கொழிந்து இருக்கிறது.

மூன்றாவது, சிவகங்கை ஊசிகள், புத்திசாலித்தனமான நையாண்டி குத்தல் இத்யாதி (மீராவின் வாசு தேவநல்லூர்). இந்தவகை, மாணவர்களிடையே மிகப் பிரபலமாகி இருக்கிறது. புதுக்கவிதை பற்றித் தீர்மானிக்காத பத்திரிகைகள் கூட இந்த வகைக் கவிதைகளைப் பிரசுரிக்கத் தயங்குவதில்லை. மிகவும் பிரசித்தமான இந்த வகையில் குப்பையும் மிக அதிகம்.

நான்காவது, திருநெல்வேலி இவொகேட்டிவ் வகை. கல்யாண்ஜி, கலாப்ரியா போன்ற தெற்கத்திக் கவிஞர்கள் கையாளும் வகை. இந்த வகைக் கவிதைகளில் சொன்னதை விட சொல்லாதது நிறையவே இருக்கும். கோடி காட்டும் காட்சிகள். இந்தவகை தான் எனக்குப் பிடித்தது. அதிகம் பேர் எழுதுவதில்லை. நாம் பார்த்த அல்லது உணர்ந்த காட்சிகளை மனத்தில் மறுபடி உண்டாக்கும் இந்த வகை கவிதைகள் சற்று அரிதானவை.

ஐந்தாவது வகையாக, சில பல சித்தர்களையும் சேர்க்கலாம். பெரும்பாலும் அவர்கள் கவிதைகள் புரிகிறதில்லை.

புதுக்கவிதை இன்று அலுத்துவிட்டது. ஆதாரக் காரணம் அதன் கவலைகளில் ஏற்பட்டுவிட்ட பாசாங்குதான். கவிதை பிறப்பதற்கு உணர்ச்சிகள் உண்மையானதாகவும் யோக்கியமானதாகவும் இருந்தால் போதும். இதனால்தான் இன்று எழுதப்படும் நல்ல கவிதைகள் ஈழத்திலிருந்து வருகின்றன. ஓர் உதாரணம்:

> ‘ஏன் எம் வாழ்வில் இத்தனை சுமைகள்?
> ஏன் எம் பாதையில் இத்தனை இருட்டு?
> ....
> ....

குட்டப்பட்டு
தலை குனிந்த அகதிகளாய்
ஏன் எங்களுக்கு இவ்விதம் எழுத்து?
ஏன் எம் நெஞ்சில் இவ்விதம் நெருப்பு?
பூவார் வசந்த
மரங்களின் மறைப்பில்
காதற் பெண்களின் தாவணி விலக்கி
அபினி மலர்களின் மொட்டைச் சுவைக்கும்
இளம் பருவத்தில்
'இடுகாட்டு மண்ணை சுவை' என்று எமது
இளையவருக்கு விதித்தவன் யாரோ?

(வ.ஐ.ச. ஜெயபாலின் 'சூரியனோடு பேசுதல்' என்கிற தொகுதியிலிருந்து, இந்த அருமையான கவிதையைப் படிக்கும்போது புதுக்கவிதையின் வடிவமும் உங்களுக்குப் புலப்பட வேண்டும்.)

5

மோட்ஸார்ட்

18-ம் நூற்றாண்டின் பிற்பகுதியில் ஆஸ்திரியாவில் வாழ்ந்த இசை மேதை மோட்ஸார்ட் பற்றி நீங்கள் கேள்விப்பட்டிருக்கலாம். மூன்று வயசில் வாசிக்கத் தொடங்கி, 5 வயதில் 'பியானோஃபோர்ட்' என்னும் வாத்தியத்துக்காகச் சிறிய சிறிய இசைக்கோலங்களை அமைக்கத் தொடங்கி, ஆறாவது வயதில் ஐரோப்பிய சுற்றுப் பயணம். பிரான்சிலும், ஜெர்மனியிலும் சிறுவனின் இசைத் திறமையை வியக்க, எண்ணற்ற பாராட்டுகள்...

மோட்ஸார்ட் வாழ்ந்தது 35 வருஷங்கள். அதில் பத்து ஓப்பெரா என்னும் இசை நாடகங்கள். 41 ஸிம்ஃபனி என்னும் விஸ்தாரமான இசைச் சித்திரங்கள், நூற்றுக்கணக்கான சிறிய இசைச் சித்திரங்கள். நிசமாகவே மோட்ஸார்ட் மேதை தான்.

அவன் முழுப்பெயர் உல்ஃபகாங்க் அமேடியஸ் மோட்ஸார்ட். அவன் இசையை இன்னும் உலகெங்கும் பற்பல மேற்கத்திய இசைக்குழுக்களில் வாசிக்கிறார்கள். புயல் வேகத்தில் இசைத்துத்

தள்ளிய மோட்ஸார்ட்டின் அவசர வாழ்க்கையில் இரண்டு நிகழ்ச்சிகள் முக்கியமானவை. அவன் மேதைத்தனத்தைக் கண்டு பொறாமைப்பட்ட அண்டோனியா ஸாலியேரி என்கிறவன் அவனை ஆஸ்திரிய மன்னர்பால் அணுகவிடாமல் சதி செய்தது. மற்றொன்று, மோட்ஸார்ட்டின் இறுதி நாள்களில் ஒரு மர்ம மனிதன் வந்து அவனை இறந்தவருக்கு அமைதி தரும் ரிக்வையம் மாஸ் எழுதுமாறு பணித்து, அதற்கு அதிக அளவு பணம் கொடுத்தது. இவ்விரண்டு சம்பவங்களையும் இணைத்து பீட்டர் ஷாஃபர் என்னும் பிரபல பிரிட்டிஷ் நாடகாசிரியர் (ஈக்வஸ்) 'அமேடியஸ்' என்று ஒரு நாடகம் எழுத, அந்த நாடகத்தை மிலாஸ் ஃபார்மன் 'அமேடியஸ்' என்று சினிமாவாக எடுத்து, போன வருஷம் வெளியிட்டார். (திரைக்கதை பீட்டர் ஷாஃபர்)

கதை ஸாலியேரியின் கோணத்திலிருந்து சொல்லப்படுகிறது. கதையின் ஆதார சுருதி பொறாமை. ஸாலியேரிக்கு இசையமைக்கத் தெரியவில்லை. ஆனால் அவனால் மோட்ஸார்ட்டின் மேதைத்தனத்தைப் புரிந்துகொள்ளமுடிகிறது. ரகசியமாக மோட்ஸார்ட்டை ரசிக்கிறான். ஆராதிக்கிறான். இருந்தும் பொறாமை அதை மறைக்கிறது. பொறாமையால் எரிகிறான். 'அய்யோ இவன் சங்கீதம் இத்தனை அருமையாக இருக்கிறதே. கடவுள் எனக்கு ஏன் அந்தத் திறமையைத் தரவில்லை!' என்று ஒவ்வொரு செயலிலும் மோட்ஸார்ட் முன்னுக்கு வர முடியாதபடி சதி பண்ணுகிறான். ஒவ்வொரு தடவையும் தான் பண்ணிய தப்புக்கு வருத்தப்படுகிறான். மனோ தத்துவ ரீதியில் அருமையாகச் சொல்லப்பட்ட இந்தக் கதையில் ஸாலியேரியின் பாத்திரத்தை ஏற்று நடித்தவருக்கு ஆஸ்கர் கிடைத்ததில் ஆச்சரியமில்லை.

டைரக்டர் ஃபோர்மன் இந்தப் படத்தில் மோட்ஸார்ட்டின் கீதங்களை எடுத்தாண்டு இருக்கிற விதம் பிரமிப்பூட்டுகிறது. கடைசியில் சாகப்போகும் மோட்ஸார்ட்டுக்கு ஒருவித அவசரம் ஏற்பட்டுவிடுகிறது. அந்த 'மரண அஞ்சலியை' முடித்தே ஆக வேண்டும்! நாளை காலையில் அதை எழுதப் பணித்த முகமூடி மனிதன் வந்துவிடுவான்! என்று ஸாலியேரியையேக் கூப்பிட்டு எழுதிக்கொள் என்று சொல்லி, உள்ளத்தில் உள்ள அத்தனை சங்கீதத்தையும் கொட்டிவிடத் துடித்து, அதை முடிக்காமல் இறந்து போகிறான். பின்னணியில் அந்த 'ரிக்வையம்' பிரம்மாண்டமாக இசை வெள்ளமாக நம் உள்ளத்தை நிரப்பி ஒலிக்க, சிருஷ்டியின் அவசரமும் மரணத்தின் அவசரமும் போட்டி போட்டுக் கொள்ள,

நான் பார்த்த திரைப்படங்களில் மகத்தான, மிக மகத்தான ஒரு இறுதிக்காட்சியை இந்தப் படத்தில் பார்த்தேன்.

இந்தப் படத்துக்கு ஏகப்பட்ட அவார்டுகள் கிடைத்ததில் ஆச்சரிய மில்லை. மோட்ஸார்ட்டின் வாழ்வில் மற்ற நிகழ்ச்சிகள், அவ னுக்குப் பிறகு பிறந்து செத்துப்போன குழந்தைகள், பாஹ், ஹெய்டன் இவர்களின் பாதிப்பு, கடன் தொல்லைகள், அவன் எழுதியதை தான் எழுதியதாகச் சாதித்த சில்லறைக் கலைஞர்கள், அவன் அப்பாவின் ஆதிக்கம்... 1960 வரை மோட்ஸார்ட்டின் புதிய கிருதிகளைக் கண்டுபிடித்துக் கொண்டிருந்தார்கள். (இறந்தது 1791ல்) வாழ்க்கை வரலாற்றைத் திரைப்படமாக்குவது எப்படிப் பட்ட கலை என்பது அமேடியஸைப் பார்த்ததில்தான் புரிகிறது.

★

ஏ.கே. ராமானுஜன், கன்னட பஸவண்ணர் போன்ற நான்கு வீர சைவர்களின் வசனங்களை (கன்னடத்தின் 10ம், 11ம் நூற்றாண் டில் வாழ்ந்த வீரசைவர்கள்) 'ஸ்பீக்கிங் ஆஃப் சிவா' என்று ஆங்கிலத்தில் வெளியிட்டிருக்கிறார். (பெங்குவின் வெளியீடு.)

'பணக்காரர்கள் சிவனுக்குக் கோவில் கட்டுவார்கள். நான் என்ன செய்ய முடியும்? என் கால்கள்தான் கம்பங்கள். என் உடல் கோயில். என் தலைதான் தங்கவிமானம். கூடல சங்கேமசுவர தேவனே கேள்! நிற்பவை வீழும். நகர்பவை எப்போதும் வாழும்' என்று சித்தர் பாடல்களுக்கு ஈடான இந்த லிங்காயத்து வசனங்கள் கன்னடத்தின் இலக்கியத்தைப் பத்தாம் நூற் றாண்டிலேயே எளிமைப்படுத்தி ஒருவிதமான மக்கள் இயக்க மாக ஆக்கியதற்குக் காரணமானவை.

ராமானுஜன் 'இன்டீரியர் லேண்ட்ஸ்கேப்' (சங்கப் பாடல்களின் ஆங்கில மொழி பெயர்ப்பு)க்குப் பின் பழந்தமிழ் இலக்கியத்தின் மற்றொரு அழகான ஆங்கில மொழி பெயர்ப்பில் இப்போது ஈடுபட்டிருக்கிறார். ராமானுஜனுக்கு அகாடமியோ, பல்கலைக் கழகமோ யாராவது பரிசு கொடுக்க விரும்பினால் சிகாகோ பல்கலைக்கழகத்துக்கு எழுதவும்.

6. சின்னச் சின்னப் பாவங்கள்

சின்னச் சின்னப் பாவங்கள் எத்தனை செய்கிறோம்! யோசித்து பார்த்ததில் எல்லாவற்றுக்கும் ஒட்டு மொத்தமாகக் கடவுளிடம் மன்னிப்புக் கேட்டுக் கொண்டால் என்ன என்று தோன்றியது. இது உங்களுக்கும் சேர்த்துதான்! விட்டுப்போன தப்புக் காரியங்களை, பாவங்களை நீங்களும் நிரப்பலாம். இந்தப் பாட்டு வகைக்கு தளை என்று தனிப்பட்டு ஏதும் இல்லை. பெரும்பாலும் மூவகை சீர்களாக இருந்தால் நல்லது. எதுகை மோனை கிடைத்தால் இன்னும் உத்தமம். ஆரம்பிக்கலாமா?

'அதிகாலை பார்க்காத உதயங்கள்
                        அத்தனைக்கும்
அதிகார வர்க்கத்தை செய்து வந்த
                        முகஸ்துதிக்கும்
படிக்காமல் விட்டுவிட்ட தரமான நூல்களுக்கும்
படித்தேதான் தொலைத்துவிட்ட தரமற்ற
                        நூல்களுக்கும்
பிடிவாதப் பிள்ளைகளை அடியாக
                        அடித்ததற்கும்

சுஜாதா

முடிவாகத் தீர்மானம் செய்யாமல் துடித்ததற்கும்
மின்சாரக் குளிர் அறையில் சிகரெட்டு குடித்ததற்கும்
சன்னல்களை மூடி விட்டு கடற்காற்றைத் தடுத்ததற்கும்
ஓசியிலே வாங்கியதை திருப்பித் தராததற்கும்
பேசினதைச் செய்யாமல் சும்மாவே இருந்ததற்கும்
பதினெட்டு ரூபாய்க்கு சாப்பிட்டு விட்டு வெய்ட்டருக்கு
பதினெட்டு பைசாவும் கொடுக்காமல் நடந்ததற்கும்
சின்னக் குழந்தைகளைத் தனியாக அழைத்துப் போய்
கன்னத்தில் கிள்ளிவிட்டு அலறு மாறு செய்ததற்கும்
பாராட்ட மறந்துவிட்ட கதைகளுக்கும் - சமயத்தில்
சீராட்ட மறந்துவிட்ட கவிதைகளுக்கும்
எரிக்காத கடிதங்களுக்கும் எழுதாத பதில்களுக்கும்
சிரிக்காத நாட்களுக்கும் பறிக்காத பூக்களுக்கும்
நெஞ்சம் அனுமதிக்க மறந்தாலும் பல தடவை
லஞ்சம் கொடுத்ததற்கும் வலிப்பு வந்து ரஸ்தாவில்
கிடந்தவரை கவனிக்க
விருப்பமின்றி மோட்டாரில் கடந்ததற்கும் பல பேரின்
பிறந்ததினங்களை மறந்ததற்கும் மனையாள் காத்திருக்க
மாடியிலே தனியாக சங்கீதம் கேட்டதற்கும்
பிடிவாதம் பிடிக்கிறது மனசுக்குள் தெரிந்திருந்தும்
பிடிவாதம் பிடித்ததற்கும்
நண்பர்களை கூட்டி வந்து சொன்னதையே சொல்லி
போரடித்துத் தீர்த்தற்கும்
இலக்கியக் கூட்டங்களில் கவனமின்றித் தூங்கிவிட்டு
அரசியல் கூட்டங்களில் விழித்துக் கொண்டிருந்ததற்கும்
துக்கம் விசாரிக்கச் சென்றிருந்த இடங்களில்
பக்கத்து ஓட்டலில் போய் பசியாரத் தின்றதற்கும் - இவ்வாறு
எண்ணிக்கை இல்லாத எத்தனையோ பாவங்கள்
மன்னிக்க வேண்டுகிறேன் மாண்புமிகு பகவானே!

திரு. வேணு கொடுங்க஌ூர் மலையாள எழுத்தாளர். என் இனிய நண்பர். தமிழ் பத்திரிகைக் கதைகளையும் தொடர் கதைகளையும் மலையாள குங்குமம், கேரள சப்தம் பத்திரிகைகளில் மொழி பெயர்த்தார்.

வேணு கேரளத்துக்காரர்களின் விடாமுயற்சிக்கு ஓர் உதாரணம். தமிழ் நாளிதழ்களின் தலைப்புச் செய்திகளையும் படக்கதை களையும் எழுத்துக் கூட்டிப் படித்தே தமிழ் கற்றுக்கொண்டு, நவீன தமிழ் எழுத்தாளர்களின் கதைகளை மலையாளத்தில் மொழிபெயர்க்கிற அளவுக்குத் தேர்ச்சி பெற்றுவிட்டார். அதே போல கன்னடம், தெலுங்கு, ஒரு மனுஷன் எவ்வளவு பாஷைகள் கற்றுக் கொள்ள முடியும் என்று வியந்தேன். இடையே, தானே ஒரிஜினலாக மலையாளத்தில் குட்டிக் கதைகள், சிறுவர் கதைகள் எழுதுவார்.

ஹெக்டே ராஜினாமா, கமலஹாசன் கல்யாணம் என்று கட்டுரை கள்! கொடுங்க஌ூர் கண்ணகி கோவில் ஆராய்ச்சி! கொஞ்சம் நேரம் கிடைத்தால் நாடகங்களில் நடிப்பார். தான் வாழ்ந்து வந்த பங்க஌ூருக்கு அருகாமை கிராமத்து முதியோர் கல்வி 'மேஷ்டர்' சமூக சேவை. லேசாக சப்தமில்லாமல் சிரிப்பார். அவர் என்ன பேசுகிறார் என்று உன்னிப்பாக கவனிக்க வேண்டும். கண்களில் ஒரு குறும்பு இருக்கும் ஆஜானுபாகு.

வாழ்க்கையில் பல விஷயங்கள் அபத்தமாக இருக்கின்றன. வேணு சென்ற மாதம் ஹார்ட் அட்டாக்கில் இறந்துவிட்டார்.

7

ந்யூயார்க் ந்யூயார்க் - 1

பட்டை உரியும் இந்திய வெயிலிலிருந்து வந்த மறுதினம் உறைபனி (Snow) என்றால் அபத்த மாக இருக்கிறது. ந்யூயார்க்கில் ஏப்ரல் முடியும் வரை பனிபெய்யும் சாத்தியம் உண்டு என்றார் கள்.

வழக்கம்போல சானல்களுடன் தரையடி கேபிள் மூலம் வீட்டுக்கு வீடு செலுத்தப்படும் டி.வி வேறு சேர்ந்துகொண்டு ஒரு நாளைக்கு எட்டு திரைப்படங்கள்; நாற்பது தொடர் நாடகங்கள்; அரை மணிக்கொரு ந்யூஸ். ஆயிரம் விளம்பரங்கள். ந்யூயார்க் வந்த இரண்டாம் தினமே டி.வி. திகட்டிவிடுகிறது.

ந்யூஸ் ஒன்றுதான் பிடித்தது. லிபியாவை அமெரிக்கர்கள் தாக்குவதன் முன்னமே இவர்கள் காமிராவுடன் போய்விடுகிறார்கள். லண்டனில் தீவிரவாதிகள் 'பாம்' வைத்த மறுகணம் அமெரிக்க இல்லங்களில் வெடிக் கிறது! ஸாட்டிலைட் மூலம். ஒரு நாளைக்கு ஒரு ஏக்கரா நிகழ்ச்சி நிரலை அலசித் தேடி,

தினப்படி 2மணி நேரத்துக்கு அதிகப்படாமல் தேர்ந்தெடுத்துப் பார்த்தால் கண்கள் குத்திட்டு மூளை பம்பாய் அல்வா மாதிரி இளகிப் போய் கிறுக்குப் பிடித்துவிடும்.

ந்யூயார்க் டைம்ஸ் ராஜீவின் இளைய தலைமுறையினரைப் பற்றி ஒரு 'அட்டைக் கதை' போட்டிருந்தது. மற்றபடி இந்தியா பற்றிப் பேச்சே இல்லை. முழுவதும் லிபியாதான் அல்லது நாசா ஸ்தாபனத்தை நாராய்க் கிழிக்கிறார்கள்.

நான்கு வருஷத்துக்குப்பின் ந்யூயார்க் நகரத்தில் மாறுதல்கள் தெரியவில்லை.

ப்ராட்வேயில் (Cats - பூனைகள்) நாடகம் இன்னும் ஓடிக் கொண்டிருக்கிறது. நியான் சிமிட்டல்களும் கம்ப்யூட்டர்களும் ஒரு எல்லைக்கு வந்து, இனிமேல் இல்லை என்று ஆகி விட்டன.

சுதந்தர தேவியைச் சுத்தம் பண்ணிக் கொண்டிருக்கிறார்கள். பாலங்களில் ஒரு வழியில்தான் காசு கேட்கிறார்கள். ரேகன் சற்று அதட்டலாகப் பேசுகிறார்.

இந்தியர்களில் சர்தார்ஜிகளை - 5வது அவென்யுவில் இந்திரா இறந்ததற்கு வெற்றி ஊர்வலம் வந்தவர்கள் - கனிஷ்காவுக்குப் பிறகு யாரும் மதிப்பதில்லையாம். தமிழர்கள் இன்னமும் கோவில் கட்ட டாலர் கேட்டுக் கொண்டிருக்கிறார்கள்.

கிருபானந்தவாரியார் ஃப்ளாரிடாவிலிருந்து டொராண்டோ வரை 3 மாதம் பக்தி பரப்பிக் கொண்டிருக்கிறார். ப்ளூமிங் டேலில் இந்திய நகைகள் விற்கிறார்கள். தபால் மூலம் மலையாளப்பட வீடியோக்கள் கிடைக்கிறது. 70 படங்கள் நடித்த (ரீல்) மாஸ்டர் எம்.எஸ். ஸஞ்சய் பரதநாட்டியம் ஆடுகிறார். 'தமிழ் நடனப் போட்டி'யில் நீங்கள் வென்றால் 500 டாலர் பரிசு. சப்ரி சகோதரர்கள் பாகிஸ்தானிலிருந்து வந்து கவ்வாலி பாடுகையில் பென்சில்வேனியாவில் சங்கர ஜயந்தி! ரேக்கா தரப்போகும் கலை நிகழ்ச்சிக்கு 100 டாலர் டிக்கெட்டு.

> Good looking, slim, Tamil Brahmin girl, 29, innocent divorcee from respectable family seeking pleasant, broad minded, well settled man below 40.

'அமெரிக்காவில் மொத்தம் 4 லட்சம் இந்தியர்கள் இருக்கிறார்கள். அவர்களில் 50,60க்களில் வந்தவர்கள் வசதியாகவே இருக்கிறார்கள். சமீபத்தில் வந்தவர்கள் தாம் ஏமாற்றமும் தாழ்மையும் சொந்த வருத்தமும் பெற்றிருக்கிறார்கள். படித்த இந்தியர்கள் பேப்பர் விற்றும் சமையல் செய்தும் வெயிட்டர்களாகவும் டாக்ஸி ஓட்டிகளாகவும் வேலை செய்கிறார்கள்.'

சொன்னது நானல்ல. கொலம்பியா பல்கலைக் கழகத்தின் தெற்கு ஆசிய இன்ஸ்ட்யூட்டின் ஆராய்ச்சியாளரான ஜொஹானா லெஸ்ஸிஞ்சர் சொன்னது.

8

ந்யூயார்க் ந்யூயார்க் - 2

நீல வான் நிறைந்த பின்பகலில் நண்பனைப் பார்க்க ஹோபோகென் சென்றேன். (கம்ப்யூட்டர் இயலில் டாக்டர் பட்டத்துக்குப் படிக்கிறான்) ஸ்டீவன்ஸ் டெக் என்கிற (நம்ம ஊர் ஐ.ஐ.டி. போல) பொறியியற் கல்லூரி, ஹோபோகென். நியூஜெர்ஸியின் நதிக்கரையில் இருக்கும் பழங்காலத்து நகரம். ந்யூயார்க்கிலிருந்து கூப்பிடு தூரம். கல்லூரியின் எதிர்த்தாற்போல ஹட்ஸன் நதியும் அக்கரையில் மன்ஹாட்டன் தீவில் நட்டு வைத்த கட்டடங்களும் பிரமிக்க வைக்கின்றன. கொஞ்சம் பணக்கார காலேஜ். மாணவர்கள் ஒவ்வொருத்தரும் மாமா மாமாவாக உசரமும் பருமனுமாக இருக்கிறார்கள். மாணவிகளும் அழகாக இருந்தாலும் எல்லாமே சைஸ் பெரிசாக இருக்கிறார்கள். விழித்திருக்கும் போதெல்லாம் எதையாவது தின்று கொண்டே இருக்கிறார்கள். நான் சென்றிருந்த சமயம் மாணவர் விழா. (நம் ஊரிலும் இது உண்டு. 'மார்டி கிராஸ்' போல) புல்வெளியில் ராட்சச ஸ்பீக்கர்கள் வைத்து ஆயிரம் வாட் சங்கீத அலறல். பியர் மதுபானக்

கம்பெனி, ஜெனரேட்டர் வண்டியுடன் டேரா போட்டு விட்டார்கள். மாணவர்கள் பிரமிடு அமைத்து, ஒருத்தர் மேல் ஒருத்தர் மண்டி போட்டு ஏறிக் கொண்டு, யார் அதிக நேரம் கலையாமல் நிற்கிறார்கள் என்று போட்டி. பேஸ்பாலும் சுமாராக டென்னிஸூம் ஆடிக்கொண்டிருந்தார்கள். பெரும்பாலானோர் ஒரு கையில் பியர், ஒரு கையில் மாணவி, அவ்வப்போது பச்சக் பச்சக் என்று முத்தம். யாரும் கண்டுக்கறதே இல்லை.

ஆனால் படிக்கிற சமயத்தில் படித்துவிடுவார்களாம். அத்தனை விழா நடக்கும்போதும் கம்ப்யூட்டர் ரூமில் சிரத்தையாக ப்ரொக்ராம் பண்ணிக் கொண்டிருந்தவர்களையும் பார்த்தேன்.

காப்பியடிக்கிற மாணவர்களுக்கு இந்தக் கல்லூரியில் தண்டனை அளிப்பது யார்? மாணவ மன்ற உறுப்பினர்களே!

★

அடுத்த மாதம் எர்னஸ்ட் ஹெமிங்வேயின் கடைசி நாவலான 'ஈடன் தோட்டம்' என்கிற புத்தகத்தை வெளியிடப் போகிறார்கள். ஹெமிங்வே இதை 1946ல் தன் 47ம் வயதில் ஆரம்பித்து மற்ற நாவல்களுடன் அவ்வப்போது, 15 வருஷம் எழுதிக் கொண்டிருந்தாராம். புதிதாக கல்யாணம் செய்து கொண்ட எழுத்தாளன், அடுத்த நாவலுக்கும் புது மனைவிக்கும் இடையே திணறுவதைச் சித்தரிக்கும் இந்த நாவலில் ஹெமிங்வே அரிதாக எழுத்துக் கலையைப் பற்றி குறிப்புகள் கொடுக்கிறார். நாவலின் சில பகுதிகளை ந்யூயார்க் டைம்ஸ் வெளியிட்டிருக்கிறது Remember Accurately என்னும் ஹெமிங்வே, எழுதியது சரியாக வரும்போது, 'ஒவ்வொரு முறையும் அதைத்திரும்பப் படிக்கும்போது உனக்கே அது நம்ப முடியாத பெரிய ஆச்சரியமாக இருக்கும். நானா இதை எழுதினேன் என்று நம்பமுடியாமல் இருக்கும். ஒரு முறை சரியாக அமைந்துவிட்டால் அதை மறுபடி நீ கலைக்க முடியாது. சரியான முறை என்பது ஒரு தடவைதான். உன் வாழ்வில் மொத்தம் இவ்வளவுதான் என்று எல்லை இருக்கிறது.'

'எதற்கு?'

'உன் நல்ல எழுத்துக்கு!'

வந்து பதினைந்து நாளாகியும் ந்யூயார்க்கின் முரண்பாடுகள் எனக்கு இன்னும் பழகவில்லை. புருசன் பெண்சாதி சண்டை

போட்டுக் கொண்டு கைக்குழந்தையை சன்னல் வழியாக எறி கிறார்கள். (அஞ்சாவது மாடி... அதை ஒரு வழிப்போக்கன் பந்தாகப் பிடித்துக் காப்பாற்றியது வேறு செய்தி.) அதே சமயம் டெலிவிஷனில் உலகின் மூலையில் இருக்கும் இந்திய, ஆப்பிரிக்க அனாதைக் குழந்தைக்கு நிதி கேட்டு விளம்பரம்!

9

ந்யூயார்க் ந்யூயார்க் - 3

சென்ற வருஷம் பல ஆஸ்கர் பரிசுகளைப் பெற்ற 'அவுட் ஆஃப் ஆப்பிரிக்கா' என்கிற திரைப்படத்தைப் பற்றிச் சொல்லுமுன் இந்த ஊர் சினிமா தியேட்டர்களைப் பற்றி. நான் போன இடம் நியூஜெர்ஸி போகும் வழியில் பாலம் தாண்டி இருந்தது. ராஜ பாட்டை யிலிருந்து விலகி தியேட்டருக்குச் செல்லும் வழி புரிவதற்கே இந்த ஊரில் நாலு வருஷமா வது கார் ஓட்டியிருக்க வேண்டும். ஒரே கட்ட டத்துக்குள் வரிசையாக பத்து தியேட்டர் இருக்கிறது. பத்து படம் ஓடுகிறது. பொதுவான டிக்கெட் மேஜை. எல்லாமே ஒரே விலை (நாலரை டாலர்). ஃபாயரில் வீடியோ கேம், கோக்கா கோலா, சோளப்பொறி சமாச்சாரங் கள். உள்ளே சென்றால் தியேட்டர் நம்பர் போட்டிருக்கிறது. நம் ஊர் போல அமலா, கமலா, விமலா என்று பெயர் இல்லை. ராத்திரி எட்டு மணிக்கு காட்சி. (6.30 அமெரிக்கர் களுக்கு சாப்பாட்டு வேளை) தியேட்டருக்குள் என்னையும் சேர்த்து 12 பேர் இருந்தார்கள்.

கொடுத்த காசுக்கு இரண்டு மூன்று தடவை ஸீட் மாற்றி உட்கார்ந்து பார்த்தேன்.

'அவுட் ஆஃப் ஆஃப்ரிக்கா' நூற்றாண்டின் தொடக்கத்தில் மொம் பாஸா, கென்யா, ஆப்பிரிக்காவில் வாழ்ந்த ஒரு டென்மார்க் சீமாட்டியின் வாழ்க்கையைப் படம் எடுத்திருக்கிறார்கள். பிற் காலத்தில் அவள் ஐஸக்டினென்ஸன் என்கிற புனைப்பெயரில் சிறுகதைகள் எழுதினாள். பிடிவாத சீமாட்டி. கணவன் பொறுப் பற்று திரிகிறான். அவனிடமிருந்து பெற்ற ஸிஃபிலிஸ் வியாதிக்கு ஊருக்குப் போய் சிகிச்சை பண்ணிக்கொண்டு திரும்ப, ஆஃப்ரிக்கா வந்து, தனியாக காப்பி எஸ்டேட் நடத்துகிறாள். கருப்பர்களுடன் சமரசம் பண்ணிக்கொண்டு அவர்களுக்கு வைத்தியம் பண்ணு கிறாள். பள்ளிக்கூடம் நடத்துகிறாள். சிங்கத்தைச் சுடுகிறாள். ஒரு பிரிட்டிஷ்காரனுடன் வாழ்கிறாள். கடைசியில் எல்லாவற்றையும் நெருப்பில் இழந்து கணவனுக்கு டிவோர்ஸ் கொடுத்துவிட்டு, காதலனை ஒரு விமான விபத்தில் இழந்து, புதைத்துவிட்டு டென்மார்க் போய்ச்சேருகிறாள். சுமாரான படம்தான். இந்தப் படத்துக்குப் போய் ஆஸ்கரா என்று ஆச்சரியமாக இருக்கிறது.

★

அமெரிக்காவில் முடிவெட்டிக் கொள்ள முதலில் சலூனுக்குப் போன் செய்து 'அப்பாயிண்ட்மெண்ட்' வாங்கிக்கொள்ள வேண்டும். (இங்கே இறந்து போவதற்குக் கூட 'அப்பாயிண்ட் மெண்ட்' இல்லையெனில் கஷ்டம்தான்.) முடிவெட்டகம் உள்ளே போனால் சுத்தமாக, வெளிச்சமாக இருக்கிறது. 'ஸ்க்ரீன்' தந்தி பேப்பர்கள் எல்லாம் கிடையாது. கல்லாவில் ஒருத்தனைத் தவிர மற்ற எல்லாரும் பெண்கள்தான். இளம் பெண்கள். முதலில் ஒருத்தில் மல்லாக்க வைத்து பின்னாலிருந்து நெற்றி வரை வெந்நீர் கொட்டி, ஷாம்பூ போட்டு அலம்பிவிடுகிறாள். அதன்பின், மார்புவரை பிளாஸ்டிக் போர்த்தி, சொட்டச் சொட்ட மற்றொருத்தியிடம் அனுப்புகிறாள். அவள்தான் பிரதான முடி வெட்டி. நளினமான விரல்களையே சீப்பாக உபயோகப் படுத்தி,பிரித்துப் பிரித்து உச்சியில் கத்திரி போடுகிறாள். ஈரத் தலையாதலால் மயிர் நாலா பக்கமும் பறப்பதில்லை. பேச்சு அதிகம் இல்லை. அவ்வப்போது, ஒரு டயட்-கோக்கை சப்பிக் கொள்கிறாள். சில வேளைகளில் நிறுத்தி, எதிர்க்கண்ணாடி மூலம் 'ஓக்கே?' என்று கேட்கிறாள். நானும் 'ஓக்கே' என்று தலையாட்ட, தொடர்கிறாள். அதன் பின் வாசனாதி

திரவியங்களை பிஸ்ஸ்ஸி, ஏர்டிரையர் போட்டு உஷ்ணக் காற்றால் கூந்தலை உலர்த்தி, 'பப்' என்று பண்ணிவிடுகிறாள். இப்போது எலக்ட்ரிக் மிஷினால் அங்கங்கே கொரிக்கிறாள். கடைசியில் சிற்சில சிற்ப வேலைகள். நம் ஊர் போலவே கழுத்தில் பவுடர் போட்டு, போர்வையை உதறிவிட்டுப் பின்னாடி கண்ணாடி காட்டுகிறாள். 'ஓக்கே?' நான் தலையை ஆட்ட நாற்காலியைக் காலால் அழுத்தி விடுவிக்கிறாள். சார்ஜ்? 20 டாலர்! அவளுக்கு டிப் தனி!

10

ந்யூயார்க் ந்யூயார்க் - 4

டல்லஸ் நகரத்தில் சங்கர் ரமணியின் விஸ்தார மான வீட்டில் ஸ்விம்மிங் பூல், சவுனா குளிய லறை, ப்ரொஜக்ஷன் டி.வி என்று அமெரிக்கா வுக்கே உரிய செல்வச் சூழ்நிலையில் அமெரிக்க ஏழைகளைப் பற்றிச் சிந்திப்பது கொஞ்சம் கஷ்டம்தான்.

ஏழ்மை இங்கே இந்தியாவை விட அதிகமான சாபக்கேடு. இங்கே ஏழைகளுக்கு அவமானம் அதிகம். குளிர் அதிகம். ஏக்கம் அதிகம். ஒப்பிட்டுப் பார்த்துச் சமாதானம் அடைய முடியாது. அதனால் அவனவன் காரில் போய்க் கொண்டு அங்கங்கே எரியும் பிளாஸ்டிக் குப்பை களைப் பொறுக்கி ஜீவனம் பண்ண வேண்டும் என்றால் எரிச்சல் அதிகமே.

இத்தனை செல்வத்தின் மத்தியிலும் அமெரிக்கா வில் ந்யூயார்க் போன்ற நகரங்களில் சில பகுதி களில் நாற்பது சதவிகிதத்துக்கும் மேற்பட்டவர் கள் வறுமைக் கோட்டின் கீழே இருக்கிறார்கள். டெக்ஸஸ் மாநிலத்தில் அதிகப்படியாகப் பால்

உற்பத்தி என்று லட்சக்கணக்கான பசுக்களைக் கொல்லும் அதே நேரத்தில் ந்யூயார்க்கில் குப்பைத் தொட்டிகளில் பொறுக்கும் குழந்தைகளும் இருக்கிறார்கள்.

அவ்வப்போது அமெரிக்கர்களுக்கு மனசாட்சி உறுத்தும். டி.வியில் ஆரவாரமாக விளம்பரம் பண்ணி, ஏழ்மையை ஒழித்தே கட்டிவிட வேண்டும் என்று ஒரு கோஷ்டி கிளம்பும். எங்கெங்கே ஏழைகள் இருக்கிறார்கள் என்று எத்தியோப்பியா, இந்தியா என்று தேடி அவர்களுக்காகப் பாட்டுப் பாடி, கோக்கா கோலா குடித்து டாலர் சேர்ப்பார்கள். நேற்று (மே 25) அமெரிக்கர்கள் உள் நாட்டு ஏழை களுக்காக நாடு தழுவிய ஒரு விழா நடத்தினார்கள். ஆளுக்குப் பத்து டாலர், 15 டாலர் என்று பணம் போட்டு, ஒரு கோடிப் பேர் அம்பது மில்லியன் வரை சேர்த்து, கிழக்கே ந்யூயார்க்கிலிருந்து, மேற்கே கலிஃபோர்னியா வரை கைகோர்த்துக் கொண்டு நின்று கொண்டு பாடினார்கள் Hand Across America என்று. முக்கிய நகரங்கள் அனைத்தையும் தொட்ட ஒரு பிரம்மாண்டமான மானுடச் சங்கிலி கைப் பிணைப்பு. இந்த விழாவுக்காகவே அமைக்கப்பட்டிருந்த ஒரு பாட்டை ரேகனிலிருந்து என் நண்பர் மோகன் வரை எல்லோரும் ஒரே சமயத்தில் பாட ரேடியோவும் டி.வியும், ஸ்டிரியோவும் ஆயிரக் கணக்கான மைல்கள் அகன்ற ஒரு பெரிய தொண்டையில் ஒரு பெரிய குரலில் அலற... அமெரிக்கர்களுக்கு எல்லாமே பெரிசாகச் செய்ய வேண்டும் தர்மம், யுத்தம் எல்லாமே!

நான் டல்லஸ் நகரத்தின் முக்கிய வீதியில் இந்த விழாவில் கலந்து கொண்டேன். பனியன் டிராயர் அணிந்த இளம் பெண்கள் புஷ்டியாக, குறுக்கே நெடுக்கே நடக்க, ஏழ்மையைப் பற்றிச் சிந்திப்பது கஷ்டமாக இருந்தது. ஆயிரக்கணக்கான பலூன்களை விடுவித்தார்கள். ஹேட்டுப் போட்டுக் கொண்டு பாட்டுப் பாடினார்கள். மத்யானம் 2 மணி.

2.05க்கு அமெரிக்க ஏழைகள் தத்தம் குப்பைத் தொட்டிகளுக்குத் திரும்பினார்கள்.

11. மாண்ட்ரியால்

மா(ண்)ட், ராயேல் என்கிற இரண்டு ப்ரெஞ்சு வார்த்தைகளை ஆங்கிலப்படுத்தி மாண்ட்ரியால் என்கிற பெயர் வந்ததாம். கனடாவின் மாண்ட்ரியால் நகரின் சாலைகளில், ரயில் நிலையங்களில் கடை கண்ணிகளில் எங்கும் ப்ரெஞ்சு மொழிதான்.

அமெரிக்க அருகாமை கனடாவின் பொருளாதாரத்தை மிகவும் பாதித்திருக்கிறது. அமெரிக்கர்களிடம் தம் நாட்டு இயற்கை வளங்களை விற்றுக் காசாக்கித்தான் பிழைக்கிறார்கள். ஏராளமான இயற்கை வளம். டிம்பர் மரம், பால், கனிமங்கள், எண்ணெய். அமெரிக்காவில் இப்போது இறக்குமதி கட்டுப்பாடு வந்துவிட, சற்று சோடையாக இருக்கிறது கனடா. வேறு யார் வாங்குவார்கள் என்று சைனா வரை தேடிக் கொண்டிருக்கிறது. போதாக்குறைக்கு ப்ரெஞ்சு பேசும் க்விபெக் மாநிலம் தனி நாடு கேட்டு அமர்க்களம். (பொதுமக்களிடம் ஓட்டெடுத்து 'வேண்டாம்' என்று தீர்மானித்து விட்டார்கள். புத்திசாலிகள்.)

மாண்ட்ரியால் அழகான நகரம். முடிவில்லாமல் நீண்ட அம்புப் பாதையாகச் செல்லும் ஏர்போர்ட். நகர பாட்டையில் ப்ரெஞ்சு அறிவிப்புகள். இருமருங்கும் பச்சைப் பசேல். மத்தியில் சாஸ்திரத்துக்கு ஒன்றிரண்டு வீடுகள். செண்ட் லாரன்ஸ் நதியின் போக்கில் ஒரு தீவாக இருக்கும் மாண்ட்ரியால், 1976ல் கட்டிய ஒலிம்பிக் ஸ்டேடியத்தை இன்னும் புதுக்கருக்கு அழியாமல் வைத்திருக்கிறது. (புதுசாக அதற்கு பிரம்மாண்டமான மூடி போட்டுக் கொண்டிருக்கிறார்கள்.)

மாண்ட்ரியால் நகரத்தை மலை உச்சியிலிருந்து பார்த்துக் கொண்டிருக்கும் புனித ஜோஸப்பின் பிரார்த்தனை நிலையம் (ஆரேட்டரி) ஒரு பிரமிப்பூட்டும் கோவில். 1904ல் ஒரு சிறிய மரக்குடிசையாக இருந்த இந்தத் தேவாலயம் இன்று 341 அடி நீளமும் 210 அடி அகலமும் கொண்டு 12000 பேர் கொள்ளும் அளவுக்கு வண்ணக் கண்ணாடியும் வானளாவும் கோபுரமுமாக பிரம்மாண்டமான பஸிலிக்காவாக விரிந்திருக்கிறது. 61 பிரம் மாண்ட மணிகள் ஒலிக்கின்றன. சர்ச்சின் உச்சியில் 140அடி உயர டோம், ரோம் நகரத்தின் செயின்ட் பீட்டர் தேவாலயத்துக்கு அடுத்தது என்கிறார்கள். பிரதர் ஆன்ட்ரே என்கிற கத்தோலிக்க பாதிரியார் கட்டிய இந்தப் பிரார்த்தனை நிலையம் எங்களைத் திகைக்க வைத்தது.

மாண்ட்ரியாலின் தரையடி மெட்ரோ ரயில் சுத்தமாக இருக்கிறது. திடுதிப்பென்று 90 சதவிகிதம் தள்ளுபடி என்று அரைமணிக்கு விற்கும் அலங்காரக் கடைத் தெருக்கள். 40 மாடிக்குமேல் அதிகம் உயரமில்லாமல் பழசும் புதுசுமாகக் கட்டடங்கள். ஏக்கர் கணக்கில் நடக்க, புல்வெளிகள். கிட்ட வந்து நம் கையிலிருந்து பட்டாணி வாங்கிப் போகும் புஸு புஸு அணில்கள். இரவு பதினொன்று வரை பெண்கள் தைரியமாக தனியாகச் செல்லக் கூடிய தெருக்கள். ப்ரெஞ்சு நளின நாகரிகம். பிரஜைகள் அத்தனை பேருக்கும் இலவச வைத்தியம் தரும் சுபிட்ச அரசாங்கம்.

மாண்ட்ரியாலில் எனக்குப் பிடித்த மற்றொரு விஷயம் சமீபத்தில் அங்கு வந்து சரண் அடைந்த இரண்டாயிரம் ஈழத் தமிழர்களுக்கு இமிக்ரேஷன் தந்திருப்பது.

★

டாக்டர் டி.ராதாகிருஷ்ணன் காஞ்சிபுரத்தருகே கிராமத்தில் விவ சாயம் பார்த்துக் கொண்டிருந்த ஏழைக் குடும்பத்தில் பிறந்து,

நண்பன் ஒருவன் வாங்கி வைத்திருந்த மனுவில் இன்ஜினியரிங் படிப்புக்கு மனுச் செய்து, பாண்ட்போட்டுக் கொண்டால் செருப்பு போட்டுக் கொள்ள வேண்டும் என்றுகூட அறியாத நிலையில் சென்னை வந்து, படித்து, பட்டம் பெற்று, மேற்படிப்பு படித்து, டாக்டரேட் பெற்று... இன்று கனடாவில் கன்கார்டியா பல்கலைக் கழகத்தில் கம்ப்யூட்டர் இயலில் ப்ரொபஸராக இருக்கிறார். இளமையான தோற்றம். வீட்டில் பாரதி பாடல்களும் கொன்றை வேந்தனும் ஒலிக்க, மகனும் மகளும் தமிழ் பேசுகிறார்கள். தமிழுக்கு நிசமாகவே சேவை செய்ய விரும்புகிறார் ராதா கிருஷ்ணன். அத்தாட்சி கம்ப்யூட்டர் சொற்களை இவர் தமிழ்ப் படுத்தத் தொடங்கியிருப்பது. இருவரும் கம்ப்யூட்டர் சொற் களுக்கு ஒரு விளக்க அகராதி தயாரித்து வெளியிடத் திட்ட மிட்டிருக்கிறோம், 1987க்குள்.

12

அமெரிக்கா, விளம்பரம்

அமெரிக்காவில் திகட்டத் திகட்ட விளம்பரம் செய்கிறார்கள். திரும்பத் திரும்ப விளம்பரப் பொருளைக் காதில் நிரப்பி, அடுத்த முறை கடைக்குப் போகும்போது அதை, அது சாக்லேட்டோ, கார் மஃப்ளரோ வாங்கவில்லையெனில் ஒருவிதமான குற்ற உணர்ச்சி ஏற்படும்படி அவ்வளவு கெட்டியாக நம் மூளைக்குள் அந்தப் பொருளைக் கெடிப்பார்கள். அதேசமயம் அமெரிக்காவில் என்ன பொருள் என்று சொல்லாத 'வெறும்' விளம்பரங்களும் வரும். யார் விளம்பரம் செய்கிறார்கள் என்பதை ஒரு ஓரத்தில் பொடி எழுத்தில் படித்தால்தான் கண்டுபிடிக்க முடியும்.

யுனைடெட் டெக்னாலஜி கார்ப்பரேஷன் என்னும் கம்பெனி வால் ஸ்ட்ரீட் ஜர்னல் பத்திரிகையில் கொடுத்திருந்த விளம்பரச் செய்திகளை நான் மிகவும் ரசித்தேன். நண்பர் பால் பாண்டியன் காட்டினார். ஒரு முழுப்பக்கம். அல்லது வலது பாதி காலி. இடது பாதியில் தெளிவான அச்சில் கவிதை போல் சில வரிகள்.

இரண்டு உதாரணங்கள் தருகிறேன்.

1. ‘உங்களுக்கு எப்போதாவது ஆயாசமாக அதைரியமாக இருந்தால் இந்த ஆளை யோசித்துப் பாருங்கள்

பள்ளிப் படிப்பை இவன் பாதியில் விட்டான். ஒரு கடை வைத்து எல்லாவற்றையும் இழந்தான். கடன்களை அடைக்க 15 வருஷமாயிற்று. கல்யாணம் பண்ணிக் கொண்டு சந்தோஷமில்லாமல் அவஸ்தைப்பட்டான். இரண்டு தடவை தேர்தலுக்கு நின்று தோற்றுப் போனான்.

அவன் ஒரே ஒரு சொற்பொழிவு மட்டும் பிற்பாடு பிரசித்தமாயிற்று. ஆனால் அப்போது யாரும் அதைக் கவனிக்கவில்லை. பத்திரிகைகளில் அவனைத் தாக்கினார்கள். நாட்டின் பாதி ஜனங்கள் அவனை வெறுத்தார்கள்.

இத்தனை இருந்தும் உலகமெங்கும் எத்தனை பேர் இந்த கன்னம் ஒட்டின, கசங்கின மனிதரால் ஊக்குவிக்கப்பட்டிருக்கிறார்கள்!

‘அவன் பெயர் அப்ரஹாம் லிங்கன்.’

2. ஆஸ்கர் வைல்டு சொன்னார். ‘மாறாமல் இருப்பது கற்பனையற்றவரின் சரணாலயம்’ என்று. எனவே, தினம் 6.05க்கு எழுந்திருப்பதை நிறுத்து. 5.06க்கு எழுந்திரு. அதிகாலை ஒரு மைல் நடந்துபார். ஆபீசுக்கு வேறு வழியே செல். மனைவியுடன் அடுத்த சனிக்கிழமை ட்யூட்டி மாற்றிக்கொள். புதுசாக எதையாவது வாங்கிப் பார். காட்டுப் பூக்களைப் பறி. ராத்திரி தனியாக விழித்திரு. பார்வையில்லாதவர்களுக்குப் படித்துக் காட்டு. தெருவில் போகும் மஞ்சள் ஸாரி பெண்களை எண்ணிப்பார். புதிய பத்திரிகைக்குச் சந்தா செலுத்து. நடு ராத்திரியில் சைக்கிள் ஒட்டு. உங்கள் ஊர் எம்.எல்.ஏ.க்கு ஒரு படை திரட்டி அழைத்துச் செல். இத்தாலிய மொழி பழகும் சின்னப் பையனுக்கும் உனக்குத் தெரிந்ததைச் சொல்லித்தா. இரண்டு மணி நேரம் இடைவிடாமல் மோட்ஸார்ட் கேள். இந்த வயசில் பரத நாட்டியம் தொடங்கு. ஏதாவது செய்து வாழ்க்கையை அனுபவி. ஏனெனில் நாம் இந்தப் பக்கம் ஒருமுறைதான் வருகிறோம்.’

ஊருக்குத் திரும்பி வந்தபோது, டில்லி விமான நிலையம் வெளிநாட்டுக்கு ஈடாக மாறியிருப்பது இன்பமான அதிர்ச்சியாக இருந்தது. கஸ்டம்ஸில் பெட்டியை குடாய்வதை கொஞ்சம் தவிர்த்தார்களானால் மேல் நாடுகள் போலவே ஆகிவிடும். அமெரிக்காவில் இரண்டு மாசம் இருந்துவிட்டு இந்தியா வந்தால் முதன்முதல் ஒருவிதமான மிதப்பு அடங்க ஒரு வாரமாகிறது. (இதெல்லாம் என்ன? அமெரிக்காவில் வெச்சிருக்கான் பாரு?) இது அடங்கிப்போய் நம் ட்ராபிக், நம் குப்பை, நம் ஏழ்மை எல்லாம் பழகி, என்னதான் இருந்தாலும் நம் ஊர் போல இல்லை என்று நம்மை மறுபடி ஏமாற்றிக் கொள்ளத் தொடங்குவதற்கு ஒரு மாசம் ஆகிறது.

நேற்று டி.வியில் நசிகேத் பட்வர்த்தன், ஜெயூ பட்வர்த்தன் தம்பதிகள் அளித்த 'ஆனந்த யாத்ரா' என்கிற (சென்ற வருஷத்து சிறந்த) இந்திப் படத்தைப் பார்த்தேன். நாற்பது வயசில் ஒரு நகரத்து மனிதனுக்கு ஏற்படும் சங்கடங்கள், பெண்டாட்டி, பிள்ளைகள், ஆபீஸ் ஆயாசம், தப்பவிட்ட சந்தர்ப்பங்கள், இச்சைகள், இவைகளைப் பற்றிய படம். நடுநடுவே ஸிம்பாலிக்காக மார்புக் கச்சு அணிந்து கொண்டு ஒரு சகுந்தலை வந்து போகிறாள். ஃபேண்டஸியாம். அவள், இவன் இச்சைகளின் உருவம் மட்டுமில்லை. இயற்கையின் அந்தக் காலத்து மரம் செடி கொடி வாழ்க்கையில் உருவகம் என்று டைரக்டர் படம் முடிந்தபின் நடந்த பேட்டியில் சொன்னதிலிருந்து தெரிந்தது. இந்தியில் இந்த மாதிரி இண்டலெக்சுவல் சினிமா என்று ஒரு போலி கோஷ்டி கிளம்பிக் கொண்டிருக்கிறது. நஸீருதின் ஷா, ரோகினி அத்தங்கடி, ஸ்மிதா பாட்டில் போன்றவர்கள் உத்தர வாதமாக இருப்பார்கள். டைரக்டர் தாடி வைத்துக் கொண்டு முரட்டு கதர் ஜிப்பா அணிந்திருப்பார். இங்கிலீஷும், இந்தியும் நுனிநாக்கில் பேசி, அர்த்தமற்ற பிரச்னைகளுக்காக நெற்றியைச் சுருக்கிக் கொண்டு சிகரெட், ஸ்காட்சு குடிப்பார்கள். படம் முடிந்த உடன் டைரக்டர், இதுபோல வந்து, இந்தப் படத்தின் உள்ளர்த்தம் இதுதான் என்று ஆக்ஸ்போர்டு ஆங்கிலத்தில் ஒரு ஸ்லீவ்லஸ் நிரூபித்து விளக்க, நாமெல்லாம் வாயை கால் இன்ச் திறந்து கொண்டு பார்த்துக் கொண்டிருக்க வேண்டும்.

ஊருக்கும் என் புத்தகங்களுக்கும் திரும்பி வந்துவிட்டதால் எழுத்தைப் பற்றிப் பெரியவர்கள் சொன்னதைத் தொடர உத்தேசம்.

'ஒரு கதை மாந்தனுடன் ஆரம்பிக்கிறேன். அவன் உருப்பெற்று, நின்று நடக்கத் தொடங்கியதும் நான் செய்வதெல்லாம் பேப்பர் பென்சிலுடன் அவன் கூடவே ஓடி, அவன் செய்வதையும் சொல்வதையும் படி எடுக்கிறேன். அவ்வளவுதான்.' வில்லியம் ஃபாக்னர்.

13

பாபு ஜக்ஜீவன்ராம்

பாபு ஜக்ஜீவன்ராம் இறந்து போனதற்காக, தொலைக்காட்சியில் விம்பிள்டன் இறுதி ஆட்டத்தைச் சட்டென்று நிறுத்திவிட்டு, தில்ருபா வாசிக்கத் தொடங்கினார்கள். இதனால் பலர் தூர்தர்ஷனை பரவலாகத் திட்டினார்கள். பாவம் ராம். நேரு காலத்திலிருந்து தொடங்கி, இடைவிடாமல் மந்திரியாக, உணவு, பாதுகாப்பு, உள்துறை, ரெயில்வே, நிதி என்று பல பதவி வகித்து, தாழ்த்தப்பட்டவர்களின் இயக்கத்துக்கு ஆதர்ச வழிகாட்டியாக இருந்து, நிறைய பேசி, கார்ட்டூனிஸ்டுகளின் நண்பனாக வாய் நிறையச் சிரித்து, மகனால் அவஸ்தைப்பட்டு, பிரதமராக அவ்வப்போது ஆசைப்பட்டு, உதவிப் பிரதமர் வரை உயர்ந்து, ஜனதா குடுமிப்பிடி சண்டையில் ரிட்டையர் ஆகி, சென்ற முப்பது ஆண்டுகளை ஆக்கிரமித்த அவர் அரசியல் வாழ்வு, ஒரு விம்பிள்டன் ஃபைனலில் கரைந்து போயிற்று. இனி ஜக்ஜீவன்ராமா? விம்பிள்டன் ஃபைனல் ஸ்ம்போது செத்துப் போனாரே, அவர் தானே?'

‘நீர்க்கோல வாழ்வை நச்சி’ என்ற கம்பர், விம்பிள்டன் பார்க்க வில்லை.

பங்களூரைவிட சென்னையில் சுவர்க்கிறுக்கர்கள் ஜாஸ்தி. சினிமாக்காரர்கள் விட்டுவைத்த ஒரு சில சதுர அடிகளில் கம்ப்யூட்டர் வகுப்புக்கும், தையல் வகுப்புக்கும், கால் ஆணி வைத்தியருக்கும் அழைக்கும் ஸ்டென்ஸில் எழுத்துக்களை சென்னை பூரா பார்க்கிறேன்.

இந்த ஸ்டென்ஸில்களை யார் வெட்டுகிறார்கள், யார் கருப்பு பெயிண்ட் தருகிறார்கள், யார் பணம் கொடுக்கிறார்கள், எவ்வளவு பணம் கொடுக்கிறார்கள் என்று விசாரிக்க ஆசையாக இருக்கிறது. ‘மிஸ்டர் முத்து மாணிக்கம், ஏன் இப்படி நாசம் பண்றிங்க’ என்று கேட்கத் தோன்றினாலும், ‘வாத்தியாரே, வேற ஜோலி கொடு, விட்டுர்றேன்’ என்று பதில் வந்தால் என்ன பண்ணுவேன்?

கிறுக்கல்கள் மேல்நாட்டு நகரங்களிலும் இருக்கின்றன. நியூயார்க் தரையடி ரெயில்கள் கிறுக்கர்களின் சொர்க்கம். ரயில் பெட்டிகள் முழுவதும் ஏழைகளின் சித்திர இச்சைகளின் கலை வெளிப்பாடுகளாக இருக்கின்றன. பூப்பூவாக புரியாத எழுத்து கள். ஒவ்வொரு பெட்டியும் சர்க்கஸ் கோமாளிக் குதிரைபோல இருக்கின்றன. டிக்கெட் இல்லாமல் மாட்டிக்கொள்பவர் களுக்குத் தண்டனை, இந்த எழுத்துக்களை அலம்புவதாம் (கஷ்டம்). நகரின் ஏழ்மையின் உஷ்ணமானியாக இந்த எழுத்துக் கள் இருக்கின்றன. மாண்ட்ரியால் போன்ற நல்வாழ்வு நகரில் ரயில்கள் புதுக்கருக்கழியாமல் பளபளவென்று இருக்கின்றன.

‘கிராஃபிட்டி’ என்று பொது இடங்களில் எழுதும் எழுத்துக்களை ஒருத்தர் படியெடுத்துப் பதிப்பித்திருக்கிறார். குறிப்பாக, கழிப் பறைகளின் சுகமான விஸர்ஜனத்தில் எழுதப்பட்ட கிராஃபிட்டி தான் சுவாரஸ்யம்.

நான் ரசித்த முத்துக்கள்:

‘இந்தியாவின் எதிர்காலம் இப்போது உங்கள் கையில்.’ - ரெக்ஸ் தியேட்டரின் சிறுநீர் பீங்கானின் மேல் சுவரில்...

‘நீங்கள் இப்போது செய்து கொண்டிருக்கும் காரியம் என்.டி.ஆர் ‘டைகர்’ படத்தில் நடிப்பதை விட சிறப்பானது’ - ஸிம்ஃபனி தியேட்டர் மேற்படி ஸ்தலத்தில்.’

ரோபாட் இயந்திர மனித இயல், செயற்கை அறிவு போன்ற வற்றில் பிரபலமான விஞ்ஞானி டாக்டர் ராஜ் ரெட்டியும் அவர் சகாக்களும் அமெரிக்கா கார்னிஜியிலிருந்து பங்களூர் வந்து ஸெமினார் (கருத்துப்பட்டறை) நடத்தினார். 'மெஷின் அறிவைப்' பற்றி சுவாரஸ்யமாகப் பேசினார். இங்கு ஒரு சித்திரத்தை ஒரு அமெரிக்கன் பார்த்தால் எப்படி விவரிப்பான்?

'இரண்டு மரத்தின் நடுவில் விநோதமான அணிகலன்களுடன் இருவர் கையை ஒட்டவைத்துக் கொண்டு நிற்க, நீல நிற ஓவர்ஸைஸ் குழந்தை பெரிய கண்களுடன் பார்த்திருக்க, ஒரு அண்டர்ஸைஸ் மயிலும் பின்னணியில் ஒரு பெண்மணியும் தெரிகிறார்கள்...'

இதே காட்சியை கிருஷ்ணன் கதை தெரிந்த இந்து விவரித்தால், 'யசோதை, கண்ணனை உரலில் கட்டிப் போட, அதைக் கண்ணன் இரண்டு மரங்களுக்கு இடையே இழுக்க, இந்த மரங்களில் அடைப்பட்டிருந்த கந்தர்வர்கள் தம் சாபத்திலிருந்து விமோசனம் பெற்று, கரம் கூப்பிக் கொண்டு பரலோகம் செல்லுகிறார்கள்' என்பார்.

இந்தப் படத்தை ஒரு கம்ப்யூட்டர் பார்த்தால் எப்படி விவரிக்கும்? யோசித்துப் பாருங்கள்.

14

ஒரு புத்தகம்

கடிதங்களைப் படிப்பது எப்போதுமே சந்தோஷம்தான். எனக்கு வரும் பெரும்பாலான கடிதங்களை சந்தோஷ வகையில் சேர்க்க முடியாது. பலபேர் புகைப்படம் கேட்டு எழுதுவார்கள். பலர் வேலை கேட்டு. பலர் உடல் உபாதைகளைப் பற்றிச் சந்தேகம் கேட்டு, இந்த மூன்றாம் வகை கடிதங்களில் புரியாத்தனமாக நான் மாட்டிக் கொண்டதற்குக் காரணம் கொஞ்ச நாள் முன்பு நான், 'ஏன், எதற்கு, எப்படி?'என்று விஞ்ஞானக் கேள்விகளுக்கு பதில் அளித்ததால். அதன் மிச்சம் இன்றும், 'ஸார், எனக்கு அக்குளுக்கு கீழே ஒரு மாதிரி பாலுண்ணிக்கு என்ன காரணம்' என்று லாட்ஜ் வைத்தியர்களைச் சேர வேண்டிய கடிதங்கள் எனக்கு வருகின்றன. அரிதாக மிக அரிதாக என் நண்பர் கல்யாண்ஜி கருப்பு மசியில் சம்பிரதாய ஆரம்பங்களும் முடிவும் எதுவும் இன்றி போன வருஷம் விட்ட இடத்தில் தொடர்வது போல எழுதி ஒரு மாதம் கழித்து போஸ்ட் பண்ணுவார்.

அல்லது புதிய வாசகர்களிடமிருந்தும் சில ஆச்சரியங்கள் கிடைக்கும். லோகையா நாயுடு காலனி மெட்ராஸ் - 93லிருந்து ரவி ஷங்கர் இந்த வாரத்துச் சிறப்புக் கடிதக்காரர்.

'அன்புள்ள எழுத்தாளர்.

சுஜாதாவுக்கு,

வணக்கம்.

உங்கள் வாசகன் ஆர். ரவிசங்கர் இதனை எழுதுகிறேன். (ஜனாதிபதி போல பெயரைக் குறிப்பிட்டாலேபோதும் என்பதாகத் தொனிக்கிறது. இருந்தாலும் முன்னே பின்னே இது போலக் கடிதம் எழுதியது கிடையாது. அதனால் இந்த அபத்த அறிமுகத்துக்கு மன்னிக்கவும்.)

நான் நூலகத்தில் ஒரு விசித்திரமான ஆனால், அருமையான ஒரு தமிழ் நூலை (ஆம் நூல்தான். சற்றுப் பழைய புத்தகம்) படிக்க நேர்ந்தது. நீங்கள் மாறுபட்ட புத்தகங்களை விரும்பிப் படிப்பவர் என்ற காரணத்தால் இதை உங்களுடன் பகிர்ந்து கொள்ளவே இக்கடிதம்.

புத்தகத்தின் பெயர் 'அன்னீத நாடகம்' (அன்னீத means அநீதி) எழுதப்பட்ட காலம் 18ம் நூற்றாண்டின் முன்பகுதி. எழுதியவர் தில்லைவிடங்கன் மாரிமுத்தாப் பிள்ளை. தமிழில் முதன் முதல் வெளிவந்த அதிகாரவர்க்க எதிர்ப்பு நூல் இதுவாகத்தான் இருக்கும். பாரதிக்கு மிகவும் முன்பே சமூகக் கண்ணோட்டத்தில் (வள்ளுவர் போல நீதிபோதனையாக இல்லாமல்) தனது சமகால அநியாயச் செயலைக் கண்டித்து இந்த நூலை ஆசிரியர் எழுதியிருக்கிறார்.

சிதம்பரத்தில் ஆசிரியர் காலத்தில் சுபேதாராக இருந்தவன் சகல சித்திரவதைகளையும் பிரயோகித்து வரிவசூல் செய்திருக் கிறான். அதாவது வலுகட்டாயமாகப் பிடுங்கியிருக்கிறான். குடிமக்களின் தாங்கொணாத கொடுமைகளையும் பார்த்து (Probably மாரிமுத்தாப்பிள்ளை சிறை அனுபவித்திருக்கக் கூடும்.) அத்தனை அநீதியையும் தூய தமிழில் பொங்கித் தள்ளியிருக்கிறார். நூலின் நடை மிக எளிமையானது. ஆனால் இலக்கியத் தரமானதும்கூட. தமிழில் ஆட்சிக் கொடுமையை எதிர்த்து எழுதப்பட்ட முதல் நூல் இதுவாகவே இருக்கும். தங்களின் புத்தக ஆர்வம் கருதி இந்தக் கடிதம் எழுதினேன்.

நான் இந்தப் புத்தகத்தை லைப்ரரியில் எடுத்து படித்தததால்தான் உங்களுக்கு புத்தகத்தையே அனுப்ப முடியவில்லை. உங்கள் எண்ணற்ற நண்பர் மற்றும் அன்பர் மூலம் இந்தப் புத்தகத்தைப் பெற்று படிப்பீர்கள் என நினைக்கிறேன். வெளியிட்டவர்கள்.

சர்வோதய இலக்கியப் பண்ணை
332/1 மேல வெளி வீதி,
மதுரை - 625 001. போன் 31746.
(தெ.பொ.மீ நூல்கள் வரிசை தொகுதி)

இயற்றியவர் தில்லைவிடங்கன் மாரிமுத்தாப்பிள்ளை. இது ரொம்பவும் ரேர் ஆன புத்தகம். தமிழில் அந்தக் கால கட்டத்தில் இயற்றப்பட்ட அந்தப்புர இலக்கியங்களிலிருந்து இது அதிர்ச்சியூட்டும் விதிவிலக்கு

- அன்பன் இரா. ரவிசங்கர்.

கடிதத்தை முழுவதும் கொடுத்ததற்குக் காரணம்,

அன்னீத நாடகத்தை நான் முன்னமே படித்திருந்தால் அதை நிச்சயம் இந்தப் பகுதியில் குறிப்பிட்டிருப்பேன்.

★

வ்யூபாயிண்ட் என்ற ஒரு சங்கதி உண்டு. சிறுகதைகளுக்கு அது மிகமுக்கியம். கதை சொல்லப்படும் கோணம், 'நான்' 'எனது' என்று தன்மை, ஒருமையில் சொன்னாலும் 'அவன்' 'அவள்' என்று படர்க்கையில் சொன்னாலும் கதை ஒருவர் கோணத்திலிருந்து விலகக்கூடாது என்பது பால பாடம். இதை நாவலில் கூட மாற்றக்கூடாது என்று சொல்வார்கள்.

டால்ஸ்டாய், டிக்கன்ஸ் போன்ற மேதைகளால்தான் இந்த வ்யூபாயிண்ட்டை வெற்றிகரமாக மாற்ற முடிந்தது. மற்ற ஏறக்குறைய மேதைகள் இந்த வ்யூபாயிண்டை மாற்றாமல் இருப்பது உசிதம்.

கொஞ்சம் விளக்குகிறேன். ஒரு கதை இப்படி ஆரம்பிக்கிறது என்று வைத்துக் கொள்ளுங்கள்,

'மூன்று பேரும் பஸ்ஸுக்காக காத்திருந்தார்கள். ஜானகி அப்போதுதான் கணவனுடன் போட்ட சண்டையை நினைத்துப்

பார்த்தாள். ரமேஷ் தன் மூக்குக் கண்ணாடியைத் துடைத்துக் கொண்டு போட்டுக்கொண்டான். திவாகரன் அந்த ஒட்டகத்தை எப்படியும் வாங்கிவிட வேண்டும் என்று தீர்மானித்தான்...'

இந்த ஆரம்பத்தில் என்ன தப்பு? வ்யூபாயிண்ட்தான்! யாருடைய கதை இது? ஜானகியா, ரமேஷா, திவாகரனா? யாராவது ஒருத்தர்தான் மையமாக இருக்க வேண்டும். மற்ற பாத்திரங்கள் வரக்கூடாது என்றில்லை. ஒரு ஆசாமியின் பேரில் 'Emotional Focus' (இமோஷனல் ஃபோக்கஸ்) என்பார்கள். அது வேண்டும். ஒரு பாத்திரத்தின் வெளி உலக மனசஞ்சலங்களை விட்டு கதை விலகக்கூடாது. உங்களுக்குப் பிடித்தமான நல்ல கதைகளைத் திருப்பிப் படித்துப் பாருங்கள். வ்யூபாயிண்ட் மாறுகிறதா என்று. மாறினால் உடனே கதையின் பெயர் குறிப்பிட்டு ஒரு கார்டு எழுதவும். நிரூபிக்கப்பட்டால் பரிசு ரூ. 4.95. ஒன்றுக்கு மேற் பட்ட விடை வந்தால் பரிசு பகிர்ந்தளிக்கப்படும்.

15. தேசிய ஒருமைப்பாடு?

ராஜீவ் லோக்சபாவில் உணர்ச்சிகரமாகப் பேசியிருக்கிறார். கையை விரித்த நிலையில் இருக்கிறது பஞ்சாப் பிரச்னை. ஒரு சில சர்தார்ஜிகள் மாநிலத்தையே கலக்கிக் கொண்டிருக்கிறார்கள். மோட்டார் சைக்கிளில் வந்து இந்துக்களைத் தேர்ந்தெடுத்து சுட்டுக் கொல்கிறார்கள். இந்தி எதிர்ப்பு என்னும் சிங்கம் தூங்கிக் கொண்டிருக்கிறது.

இந்தியர்கள் தேசியம் இன்று அபாயத்தில் இருக்கிறது. மிச்சமிருக்கும் ஒரே ஒரு தேசியக் கட்சியான காங்கிரஸ், உ.பி., பிஹார், மத்திய பிரதேஷ் போன்ற நான்கைந்து மைய மாநிலங்களில் மட்டும் ஆள, சுற்றுப் பட்ட மாநிலங்கள் அனைத்திலும் பிராந்தியக் கட்சிகள் ஆள்கின்றன. நாகாக்கள், கோர்க்காக்கள், சிவசேனா, தெலுங்குதேசம், மிஜோ கட்சி, திரிபுரா போன்ற பிராந்தியக் கட்சிகள், முனிசிபாலிடிகளிலிருந்து மாநில அரசு வரை பரவியிருக்கின்றன.

சுஜாதா | 55

தேசிய ஒருமைப்பாடு என்பது இந்தியாவில் எந்த அளவுக்கு இருக்கிறது என்று யோசித்துப் பாருங்கள்.

இந்திராவின் எமர்ஜென்ஸியின் போது ஒருமைப்பாடு இருந்தது, பயத்தினால். கிரிக்கெட், ஹாக்கி கோஷ்டிகள் வெளிநாட்டில் ஜெயிக்கும்போது இந்தியன் என்று பெருமைப்படுகிறோம். (தோற்றால் மராட்டிக்காரன் சரியாக ஆடவில்லை; தமிழ் நாட்டுக்கு சான்ஸே தரவில்லை என்கிறோம்.)

சைனா, பாகிஸ்தான் போன்ற அண்டை நாடுகள் சண்டைக்கு வந்து தாக்கும்போது ஒன்று சேர்ந்து தேசபக்தி கீதங்கள் பாடுகிறோம். ஜவான்களுக்கு நிதி சேர்க்கிறோம்.

லஞ்சம் எல்லா மாநிலங்களிலும் பரவியிருக்கிறது. அதற்கு ஒரே ஒரு பாஷைதான் இருக்கிறது. பம்பாயின் சிவப்பு விளக்குப் பகுதிகளில் அஸ்ஸாமிலிருந்தும் கேரளாவிலிருந்தும் பெண்கள் கிடைக்கப் பெறுகிறார்கள்.

இதிகாச புராணக் கதைகள் பெரும்பாலும் நாடு முழுவதிலும் அதிக வேறுபாடுகள் இல்லாமல் இருக்கின்றன. மணிப்பூரிலும் அர்ஜுனன் ஒரு கல்யாணம் பண்ணியிருப்பதாக நடன நாடகங்களில் சொல்கிறார்கள்.

சினிமாவில் தெலுங்கு பாடகர், இந்தி சங்கீதக்காரர் மெட்டில் தமிழின் இனிமை பற்றிப் பாடுகையில், பின்னணியில் ஒரு மலையாளப் பெண் 'லல்லல்லா' சொல்கிறாள்.

கபடி, கில்லிதண்டா போன்ற ஆட்டங்கள் எல்லா மாநிலங்களிலும் இருக்கின்றன. திரிபுராவில் பார்பர் ஷாப்பில் போய் உட்கார்ந்தாலும் பாட்டில் தண்ணீர் வைத்து, பிஸ் அடித்து, தலை வாரி கண்ணாடி காட்டுகிறார்கள்.

மேம்போக்கான ஒற்றுமைகள்தாம்! கொஞ்சம் அசந்தால் உடைந்துவிடக் கூடிய ஒற்றுமைகள்! ஒரு கோணத்தில் பார்த்தால் தமிழ் நாடு பிரான்ஸ் அளவு பரப்புள்ளது. தனி மொழி, கலாச் சாரம் எல்லாமே இருக்கிறது. தனி நாட்டுக்கு உண்டான அடையாளங்கள் அத்தனையும் உள்ளன. அதே போல ஆந்திரம், கர்நாடகம்... இந்தியா மேற்கு ஐரோப்பா போல இருக்கிறது.

இது ஒரு கோணம். மற்றொரு கோணத்தில் அமெரிக்கா, இந்தியாவை விட மிகப்பெரிய தேசம். அங்கே ஒரு அட்சரம்

இங்கிலீஷ் தெரியாத ஸ்பானிஷ்காரர்களை க்வீன்ஸில் சந்தித்தேன். அதேபோல இத்தாலியர்கள், ஜெர்மானியர்கள், யூகோஸ்லாவியர்கள், யூதர்கள், சிவப்பிந்தியர்கள், ஆர்மினியர்கள் என்று எத்தனை பாஷை, எத்தனை கலர் உண்டோ அத்தனையிலும் இருக்கிறார்கள். அமெரிக்காவில் ஏன் இந்த தனி மாநிலக் கோரிக்கைகள் இல்லை?

காரணம், சுபிட்சம்தான். தனி மாநிலம் கேட்க அவர்களுக்கு அவகாசம் இல்லை. பணத்தைத் துரத்திக் கொண்டிருக்கிறார்கள். எல்லோருக்கும் சந்தர்ப்பம் இருக்கிறது. வேறு ஜோலி இருக்கிறது. இரண்டு லட்சம் சீக்கிய இளைஞர்கள் தத்தம் தந்தைமார்களின் விவசாயத்தைப் புறக்கணித்துவிட்டு, வேலையில்லாமல், நகரங்களில் தெரு மூலைகளில் தாடியை நீவிவிட்டுக் கொண்டு, மோட்டார் சைக்கிள்களில் மணிக்கணக்காகப் பேசிக் கொண்டிருக்கிறார்கள். இவர்களிடம் தேச விரோதமும் வன்முறையும் துளிர்ப்பதில் ஆச்சரியமில்லை.

எல்லோருக்கும் ஏதாவது காரியம் இருந்து, எல்லோருக்கும் வாய்ப்பு இருக்கும் தேசங்களில் இந்த மாதிரி வன்முறைகள் எழுவதில்லை. (வேறுவித வன்முறைகள் எழுவது வேறு விஷயம்) நம் நாட்டில் பதினெட்டிலிருந்து இருபத்தைந்து வரையில் வயசுள்ள வேலையில்லா இளைஞர்களின் எண்ணிக்கை எக்கச்சக்கமாக உள்ளது. அவர்களைப் படிக்க வைத்திருக்கிறோம். அவர்களுக்கு எதிர்காலம் என்ன என்கிற கேள்விக்குப் பதிலை நாம் இன்னும் தரவில்லை.

யோசித்துப்பாருங்கள், ரசிகர் மன்றங்கள் என்று லட்சக்கணக்கான இளைஞர்கள் சுவரொட்டிகளில், சினிமாக்காரர்களையும் அரசியல்வாதிகளையும் புகழ்வதும், கையில் ஜோதி எடுத்துக் கொண்டு ஓடுவதும், ஆயுதம் பிடிப்பதும்... இவர்களுக்கெல்லாம் வேறு வேலையிருந்தால் இப்படிச் செய்வார்களா?

சதாசிவ நகரை நோக்கிச் செல்லும் பாதையில் டெலிபோன்காரர்கள் கேபிள் போடுவதற்கு வெட்டிக் கொண்டிருக்கிறார்கள்.

நூற்றுக்கணக்கான பட்டதாரி இளைஞர்கள் சட்டையைக் கழற்றி சைக்கிளின் பின்னே வைத்துவிட்டு மண்வெட்டிக் கொண்டிருக்கிறார்கள்.

அண்மையில் நான் ரசித்த பொன்மொழிகள்:

★ ஒரு ஊசிக்காது, இரண்டு நண்பர்களுக்கு அகலமானது. முழு உலகும் இரண்டு விரோதிகளுக்குக் குறுகலானது - அராபிய பழமொழி.

★ உன்னிடம் எதுவும் கேட்காதவன்தான் நிசமான நண்பன். - கிம்ஹப்பர்டு.

★ உனக்கு நன்றாகத் தெரிந்த விஷயத்தை, அதைப்பற்றி எதுவுமே தெரியாதவன் சொல்லிக் கொடுப்பதைக் கேட்க, நீ தயாராக இருந்தால், வாழ்வில் வெற்றி பெறுவாய்! - நிக்கலாஸ் செம்ஸ்ஃபோர்டு.

16
நாட்டுப்புறக் கதைப் பாடல்கள்

மதுரைப் பல்கலைக்கழகம் பதினைந்து ஆண்டுகளுக்கு முன்னால் பேராசிரியர் நா. வானமாமலை சிரத்தையுடன் ஆராய்ந்து வெளியிட்ட நாட்டுப்புறக் கதைப்பாடல்களை அழகாகப் பதிப்பித்தது. கான்சாகிபு சண்டை, காத்தவராயன் கதைப்பாடல், ஐவர் ராசாக்கள் கதை, கட்டபொம்மு கதை போன்ற இவைகளில் முத்துப்பட்டன் கதை என்னை பிரமிக்க வைத்தது. 300 ஆண்டுகளுக்கு முற்பட்ட சமூகச் சூழ்நிலையில் சாதி என்பது ஒரு வலுவான சக்தியாக இருந்தபோது இந்தக் கதையின் நாயகன் முத்துப்பட்டன் என்கிற அந்தணன் செய்த காரியம் புரட்சிகரமானதாக இருக்கிறது.

அந்தணர் குடும்பத்தில் ஏழு சகோதரர்களுக்குப் பின் பிறந்து, தாய் தந்தை சகோதரர்களுடன் ஒத்துப் போக முடியாமல் பிரிந்து வந்து, கோட்டாரக்கரை சிற்றரசிடம் போய் சேவகம் பார்த்து, சேஷய்யர் பெண்ணைக் கல்யாணம் பண்ணிக்கொள்வதற்காக சகோதரர்களால் திரும்ப ஊருக்குக் கொண்டுவரப்பட்டு, வழியில்

சுஜாதா | 59

நதிக்கரையில் பாடிக்கொண்டிருந்த இரண்டு கீழ் ஜாதிப் பெண்களைப் பார்த்து,

'சங்கீதக் குயிலே வரும் தனி இன்ப மயிலே
தாகங் கொண்டேனே உம்மேல் மோகங் கொண்டேனே
பங்கயக் குறிப்போ உன் மனம் பாறையினிருப்போ
பச்சைக்கல் நிறத்தாய் தனத்தையும் கச்சினில் மறைத்தாய்
பெண்ணே உன்னைப் பெற்ற தாய் தகப்பனாரு சொல்லு
பேதமை கொள்ளாது சற்றே என் முன்னாக நில்லு.'

என்று இரண்டு பேரையும் விரும்பிக் (இரட்டையர் போலும்) கேட்கிறான்.

அதற்கு அந்தப் பெண்கள்,

'சாம்ப சிவநாதர் போலிருக்கிறீர் சுவாமி
சக்கிலிச்சி நாங்கள் தீண்டப் பொறுக்குமோ பூமி'

என்று பதற,

அதற்கு பட்டன் பிடிவாதமாக அந்தப் பெண்களையே கல்யாணம் செய்ய விருப்பம் தெரிவித்து அவர்களைத் துரத்த, அவர்கள் காணாமற்போய், ஓடிவந்து அப்பனிடம் முறையிட, அவன் கோபம் கொண்டு பட்டனைத் தேடிவர, பெண்களை சாதி பேதம் பார்க்காமல் கல்யாணம் செய்து கொள்ளும் ஆசையை பட்டன் தெரிவிக்கிறான். அதற்கு, பெண்களின் தந்தை நிபந்தனைகள் விதிக்கிறான்.

'நாற்பது நாளுக்குள் முப்புரி நூலும் குடுமியும்
மெய்யுடன் அறுத்தெறிந்து எங்களைப் போல்
ஒப்புடன் நீர் செருப்புக்கட்டி வந்தக்கால்
எப்படியாகிலும் மக்களைக் கைப்படித்துத்தாரேன்'

என்கிறான்.

அதற்குச் சம்மதித்து பட்டன் அண்ணன்மாரிடம் சொல்ல, அவர்கள் அவனைக் கல்லறையில் அடைக்கிறார்கள். தப்பித்து ஓடிவந்து நிபந்தனைகளுக்கு உட்படுகிறான்.

'விக்கிரம சிங்கபுரத்து சந்தையில் தோல் வேண்டியறுத்து
வினோதமாக செருப்பு கட்டிக்கொண்டு வீதி வழி நடந்தான்

நடுவழியில் பின்குடும்பியும் பூணுலும் நன்றாகவே யறுத்து
நாலுதிசைக்கு மெறிந்து பட்டன் நடந்தான் பசுக்கிடைக்கு!'

அவன் பிடிவாதத்தைக் கண்டு தகப்பன் தன் பெண்களை கல்யாணம் செய்து தருகிறான். கோலாகலமாகத் திருமணச் சடங்குகள் முடிந்து, பொம்மக்கா, திம்மக்கா என்ற அவ்விருவர் மடியிலும் படுத்திருந்த பட்டன் கெட்ட கனா காண்கிறான். ராத்திரி மாமனாரின் மாடுகள் களவு போகின்றன. அவைகளை மீட்பதற்கு பட்டன் புறப்பட, மனைவியர் தடுத்தும் கேட்காமல் கள்வர்களோடு வீராவேசமாக சண்டை செய்து, ஒளிந்திருந்த ஒருவனால் குத்தப்பட்டு, கொலையுண்டு, கடைசியில் செத்துப் போக, அதைக் கண்ட மனைவியர் விஸ்தாரமாக ஒப்பாரி வைத்து அழ, சிங்கம்பட்டி ஜமீன்தாரின் உத்தரவு கேட்டு (அவர் என் னோடு இருங்கள் என்று சொல்லிப் பார்க்கிறார்) உடன்கட்டை ஏறுகிறார்கள்.

இந்தக் கதை உண்மையாக நடந்த கதையின் ஆதாரத்தில் எழுதி யிருக்க வேண்டும் என்று வானமாமலையின் ஆராய்ச்சி கூறு கிறது. எளிய சந்தத்தில் எழுதப்பட்ட இந்த வில்லுப்பாட்டு இன்று பாடப்படுகிறதா என்பது சந்தேகம். இருக்கும் சாதிக் குறிப்புகள் எந்தச் சாதியையும் உயர்த்தியோ தாழ்த்தியோ சொல்வதில்லை. அந்த நாள்களின் நிலையை உணர்த்தும் சரித்திர நோக்கம் இருக்கிறது. அந்த விதத்தில் 'முத்துப் பட்டன் கதை' வசீகரமானது.

★

நேஷனல் புக் டிரஸ்ட் வெளியிட்டிருக்கும் 'புதிய தமிழ்ச் சிறுகதைகள்' தற்போது எழுதுபவர்கள் பதினாறுபேர்களின் சிறுகதைகளின் தொகுப்பாக வந்திருக்கிறது. (அசோகமித்திரன் தொகுத்தது) இதில் ஆ. மாதவனின் 'நாயனம்' என்கிற சிறுகதை குறிப்பிடத்தக்கது.

கிராமத்தில் இறந்து போனவருக்கு நாயனம் தேடி, அது லேட்டாக வந்து அபசுரமாக வாசித்து... அப்பா சொன்னார் என்று பிடிவாதத்துக்காகக் கொண்டு வரப்பட்ட அந்த அவசர நாயனக் காரனைக் கூப்பிட்டு, அவனை பிடரியில் மொத்தி, கால்முட்டின் மேல் வைத்து இரண்டு துண்டாக நாயனத்தை முறிக்கும்போது, சிறுகதை வடிவத்தின் பல புதிய பரிமாணங்களைக் கதை

சுஜாதா | 61

காட்டுகிறது. வண்ணதாசனின் 'நிலை'யுடன் இது முக்கியமான தற்காலத் தமிழ்ச் சிறுகதை.

'உண்மையாக எழுத வேண்டுமானால், சாதாரண விஷயங்களைச் சொல்ல வேண்டும். சுவாரஸ்யமாக எழுத வேண்டுமானால் அசாதாரண விஷயங்களைச் சொல்ல வேண்டும். எழுத்தாளனின் பிரச்னை இவையிரண்டையும் சமனப்படுத்துவதுதான்' என்று தாமஸ் ஹார்டி சொன்னதுக்கு நல்ல உதாரணம் இவ்விரு கதைகளும்.

17. மேடைப் பேச்சு

டில்லி சௌத் பிளாக்கின் வட்ட மண்டை உத்தரத்தின் கீழ் விசாலமான ஹாலில் ராணுவ உயர்அதிகாரிகளுக்கு முன்னிலையில் பேச வேண்டியிருந்தது. மரியாதையாக எழுதி வைத்துக்கொண்டு, முதல் நாளே ஒத்திகை பார்த்துச் சமாளித்துவிட்டேன்.

மேடைப் பேச்சு, பொதுப் பேச்சு என்று பேச்சில் எத்தனை வகை உள்ளதோ அத்தனையும் எனக்கு வராது. என்னை இரண்டுவிதமான பேச்சுக் களுக்குக் கூப்பிடுவார்கள். கம்ப்யூட்டர், எலக்ட ரானிக்ஸ் பற்றி டெக்னிக்கல் விஷயம் பேச அல்லது இலக்கியக் கூட்டங்களில் பேச. முன்னது கொஞ்சம் விஷயம் தெரிந்தபடியால் பழகிப் போய்விட்டது. இருந்தும் அதிலும் சில ரத்தினங்கள் அவ்வப்போது.

கிண்டி பெண்கள் பாலிடெக்னிக்கில் கம்ப் யூட்டர்களைப் பற்றி எளிமையாகப்பேசிக் கொண்டிருந்தேன். முன்வரிசையில் உட்கார்ந் திருந்த பெண்ணைப் பார்த்து, 'உன் பேர் என்ன?' என்று கேட்டேன். அந்தப் பெண்

நாணம், தயக்கம், அருகாமைப் பெண்ணின் 'சொல்லுடி' இவைகளுக்குப்பிறகு, 'கலைச்செல்வி'' என்றாள். அடுத்து, 'இன்னிக்கு காலைல என்ன சாப்பிட்டே?' என்றேன். யோசித்து, 'மோர் சாதம்' என்று சொல்லிச் சிரித்துவிட்டு, சங்கிலியைக் கடித்தாள். அடுத்து, 'போன மாசம் 20ம் தேதி காலையில என்ன சாப்பிட்டே?' என்று கேட்டேன். நோக்கம், கலைச்செல்வியின் உணவுப் பழக்கங்களை அறிந்து கொள்வதல்ல. கம்ப்யூட்டரில் இரண்டு வகை ஞாபகங்கள் உள்ளன. தாற்காலிக ஞாபகம். நிரந்தர ஞாபகம். நமக்கு இன்று காலை என்ன சாப்பிட்டோம் என்று ஞாபகம் இருக்கும். போன மாசம் 20ம் தேதி என்ன சாப்பிட்டோம் என்பது ஞாபகம் நினைவிருக்காது. அதுபோல் என்று உதாரணம் காட்டுவதற்காக. 'சொல்லு கலைச்செல்வி, போன மாசம் 20ம்தேதி காலையில என்ன சாப்பிட்டே?' என்றேன். அந்தப் பெண் தெளிவாக, 'மோர் சாதம். எங்க வீட்டில எப்பவுமே மோர் சாதம்தான் ஸார்.' என்றாள் . என் சொற் பொழிவு தடம் புரண்டது.

இலக்கியக் கூட்டங்களில் என்னை எப்போதும் கடைசியில் பேசச் சொல்வார்கள். என் முறை வருவதற்குள் என் முன் பேசும் எல்லோரும் நான் சொல்ல வேண்டியதை எல்லாம் காலிபண்ணி விடுவார்கள். எனவே நான் எழுந்து நிகழ்ச்சி நிரலைப் பார்த்து, பெருமதிப்புக்குரிய தலைவர் ஆராவமுதன் அவர்களே, தானைத் தலைவர் வெங்கடசாமி அவர்களே, செயலாளர் ஜெயபிரகாஷ் அவர்களே மற்றும் செயற்குழு உறுப்பினர்கள் திவாகரன், சண்முகசுந்தரம், பணசை மூர்த்தி அவர்களே, எனக்கு முன்பு பேசின ஆழ்ந்த அறிவாளர்களே, பெரியோர்களே, தாய்மார் களே, இத்துடன் என் சிற்றுரையை முடித்துக் கொள்கிறேன்' என்று மாலையைக் கவர்ந்து கொண்டு எழுந்து போய் விடுவதுண்டு.

சமூக சேவை சங்கங்களுக்கு என்னைக் கூப்பிடுவதில் தான் ஆர்வம். கூப்பிட்டு என்ன பேசுகிறேன் என்பது பற்றி அவர் களுக்கு அக்கறையில்லை. இந்த வகைக் கூட்டங்களின் இறுதி யில் விருந்து இருக்கும். நான் பேசிக்கொண்டிருக்கும்போது தான் பீங்கான் வந்து இறங்கி சலசலக்கும். மசாலா வாசனை வீசும். இம்மாதிரிக்கூட்டங்களில் சுருக்கமாகப் பேசுவது நல்லது.

இலக்கியக் கூட்டங்களின் இறுதியில் கேள்விபதில் இருந்தால் தவறாமல் ஒருத்தர் கெக்கே பிக்கே என்று கேள்வி கேட்பார். பலர்

கேள்வி மட்டும் கேட்டுவிட்டு வீட்டுக்குப் போய்விடுவார்கள். இவ்வகைக் கூட்டங்கள் முடிந்தவுடன் கிளம்பிவிடுவது உசிதம். இல்லையெனில் என் பேச்சை பீஸ் பீஸாக விமரிசிக்கவும், கையெழுத்துப் பத்திரிகை, சொந்த கவிதைத் தொகுப்பு, இன்னபிற உபத்திரவங்களைப் படித்துக் காட்டவும் நாலைந்து பேர் காத்திருப்பார்கள்.

★

குலோத்துங்கனை நான் முதலில் சந்தித்தது பங்களூர் இண்டியன் இன் ஸ்டிட்யூட் ஆஃப் சைன்ஸின் தமிழ்ப் பேரவை கூட்டத்தில், மாணவர் தலைவராக கணீர் என்று தமிழிலும் இங்கிலீஷிலும் பேசிய இன்ஜினியரிங் மாணவராக. ஏறக்குறைய 10 வருஷம் கழித்து, சென்றவாரம் டில்லி விமான நிலையத்தில் மறுபடி அவரைப் பார்த்தேன். கருகருவென்று தாடி வளர்த்துக் கொண்டு, அதே அழுத்தமான, தன்னம்பிக்கையான குரல். டச்சு டெலி விஷன்காரர்களுக்காக குஜராத் பால் வளத்தைப் பற்றி டி.வி.படம் எடுக்கிறாராம். ஆங்கிலத்தில் ஒரு நாவல் எழுதி, ஜோனத்தன் கேப் என்னும் பிரபல பதிப்பாளர்களிடம் கொடுத் திருக்கிறாராம். தமிழில் ஒரு ஆர்ட் பிலிம் எடுக்க உத்தேசம் என்று சிகரெட் பெட்டியில் என் டெலிபோன் நம்பரை எழுதிக் கொண்டு சென்றார். ஒருவரை முதலில் சந்திக்கும்போது அவர் பிற்காலத்தில் எப்படி வருவார் என்பது கணிப்பது தப்பாகி விடுகிறது. குலோத்துங்கன் ஒரு மந்திரியாவார் என்று எதிர் பார்த்தேன்.

18. தாத்தாவைப் பற்றி

எழுத்து என்பது ரத்தத்தில் இருக்க வேண்டிய வஸ்து என்று பலர் சொல்லக் கேட்டு என் குடும்பத்தில் என் முன்னோர்களிடம் ஏதாவது எழுத்துத் திறமை இருந்ததா என்று ஆராய்ந்திருக்கிறேன். என் அப்பாவுக்குத் தாத்தா, அம்மாவுக்குத் தாத்தா, இவர்களுக்கு முன் முன்னோர்களைப் பற்றி எங்கள் குடும்பத்தில் அதிகம் தகவல் இல்லை. என் அம்மாவுக்குத் தாத்தாவின் இலக்கிய முயற்சிகள் எல்லாம் அவர் ஸ்ரீரங்கம் கோயிலுக்குச் செய்த திருப் பணிகள், ஸ்ரீரங்க நாச்சியாருக்கு செய்து போட்ட நகைகளின் விவரங்களை எழுதியிருக்கிறார். பத்ரிகாசிரமம் சென்றதை சொல்லியிருக்கிறார்.

அப்பாவுக்குத் தாத்தாவான திருமலை அய்யங்கார் குறிப்பிடக்கூடியவர். பிரிட்டிஷ் காலத்தில் டிபுடி கலெக்டராக இருந்து ரிட்டயராகி எழுபத்து சொச்சம் வயசு வரை இருந்தவர். கடைசி மூன்று வருஷங்களை ஒரு நாள் விடாமல், சாவதற்கு முதல் தினம் வரை டயரி எழுதி

யிருக்கிறார். டயரி முழுவதையும் நான் அப்பாவுக்கு ஒருமுறை படித்துக் காட்டியிருக்கிறேன். ஹோ அண்ட்கோ டயரியில் பென்சிலில் ஆயிரம் நாள்களில் ஒரு நாளாவது அடித்தல் திருத்தல் இல்லாமல் ஒரு விதமான வலுவான, உத்தரவாதமான சாய்ந்த ஆங்கில கையெழுத்தில் தாத்தா குத்தகை விவரங்களை யும், கும்பகோணம் பாங்குகளையும், கைகால் வலி பற்றியும், மழை பெய்வதையும், விறகு விலை ஏறிப்போனதையும் எழுதி யிருக்கிறார். என்னைப் பற்றி ஒரே ஒரு நாளில் குறிப்பிட்டிருக் கிறார். 'வீட்டில் ரங்கராஜன் ரொம்ப 'வீக்'காக இருக்கிறான். காட்லிவர் ஆயில் தரவேண்டும்' என்று. அந்தரங்க விஷயங்கள் எதுவும் இல்லாத ஆரோக்கியமான டயரி. அதில் குறிப்பிடும் படியான பகுதி ஒன்றைச் சொல்கிறேன்.

தாத்தாவுக்கு மைசூரிலிருந்து ரெயில்வே பார்ஸலாக ஒரு கூடை மாம்பழம் யாரோ நண்பர் அனுப்பி வைத்திருக்கிறார். அது ஸ்ரீரங்கம் வந்து சேர லேட்டாகி மாம்பழம் பூராவும் அழுகிப் போய்விட்டது. இதைப் பற்றி தொடர்ந்தாற்போல பல தினங்கள் தாத்தாவின் டயரியில் குறிப்புகள் தென்படுகின்றன. பிடிவாத மாக இந்த கேஸைத் துரத்தியிருக்கிறார். முதலில் ஸ்ரீரங்கம் பார்ஸல் ஆபீசுக்கு புகார் கடிதம் எழுதியிருக்கிறார். அதன்பின் திருச்சி ஜங்ஷனில் ரயில்வே ஆபீசுக்கு. அதன் பின் தென்னிந்திய ரெயில்வே சென்னை தலைமையகத்துக்கு விடாப்பிடியாக கடிதம் எழுதி, அரசாங்க மிஷினை மெல்ல மெல்ல நகர்த்தி, கடைசியில் அவர்கள் இவருடைய உபத்திரவம் பொறுக்க முடியாமல் மாம்பழத்துக்கு நஷ்ட ஈடாக 15 ரூபாய் அனுப்பி விட்டார்கள். தாத்தாவின் டயரியில் இந்த மாம்பழம் விவ காரத்தைப் பற்றி கடைசி எண்ட்ரி இது.

'இறுதியில் ரயில்வேக்காரர்கள் மாம்பழத்துக்கு நஷ்ட ஈடாக பதினைந்து ரூபாய் அனுப்பிவிட்டார்கள். இந்தப் பதினைந்து ரூபாய் எனக்கு எதற்கு? மாம்பழத்தை அனுப்பிய மைசூர் நண்பனுக்கு அனுப்பிவிட்டேன்!'

டயரி எழுதுவதைத் தவிர என் உறவினர்களிடம் அதிகம் இலக்கி யத்தை நான் கவனிக்கவில்லை. அப்பா நிறைய படிப்பார். கல்கத்தா ஸ்டாண்ட்ர்ட் லிட்டரேச்சர் லைப்ரரியிலிருந்து என்சைக்ளோபீடியா வாங்கி வைத்து எங்களைப் படிக்கச் சொல்லுவார். நான் பொம்மை பார்த்துவிட்டு வைத்து விடுவேன். என் அண்ணன் டாக்டர் கிருஷ்ணமாச்சாரி கவிதை

எழுதுவான். ஆரம்ப காலத்தில் எங்கள் கீழ் சித்திரை வீதி கையெழுத்துப் பத்திரிகையின் ஆசிரியர் அவன்தான். நான் துணை ஆசிரியர். என் தம்பி என்னைவிட அஞ்சு வயசு சின்னவனாதால் அவனை 'பாப்பா மலர்' எழுதச் சொன்னோம். அதற்கு முன் குறிப்பாக, 'இந்தக் கதையின் ஆசிரியர் ரொம்ப சின்னவர். இன்னும் பிறக்கவே இல்லை' என்று எழுதப் போய் அவன், எங்கள் இலக்கியக் குழுவிலிருந்து விலகிக் கொண்டு தனி செட்டு சேர்த்துக்கொண்டுவிட்டான்.

மெடிக்கல் காலேஜில் ஒரு ஸ்டேஜில் என் அண்ணனும் கவிதை எழுதுவதை நிறுத்திக் கொண்டு அனாட்டமி, பிஸியாலஜி என்று போய்விட, நான் டில்லியில் வேலைக்கு வரும்வரை எல்லாவற்றையும் மறந்து ஏதும் எழுதவில்லை. அப்புறம்தான்...

ஜனத்தொகைப் பற்றி கொஞ்சம் பயமுறுத்திப் பார்க்கலாம்.

பம்பாய் போல் ஒரு நகரத்தை எடுத்துக் கொள்ளலாம். பம்பாயின் ஜனத்தொகை எத்தனை? அம்பது லட்சமோ, எழுபது லட்சமோ. கல்கத்தாதான் ஒரு கோடிக்கு வந்துவிட்டது என்று சொல்கிறார்கள். பம்பாயில் ஆபீஸ் தினத்தின்போது வெளியூரிலிருந்து ஜனங்கள் பல்வேறு பணிகளுக்காக வந்து அம்முகிறார்கள். இதனால் ஜனத் தொகை தினமும் ஏறி இறங்கும். இதை 'மிதக்கும் ஜனத்தொகை' என்பார்கள். எனவே, ஒரு நாளில் சுறுசுறுப்பான நகரத்தில் ஒரு சதுர மைலுக்கு ஒரு லட்சம் பேர் இருப்பது சகஜம். சினிமா, ஆபீஸ் பல மாடிக்கட்டிடங்கள், ஓட்டல்கள்...

உலகத்தின் ஒவ்வொரு சதுர மைலும் ஒவ்வொரு இண்டு, 'இடுக்கும்' இந்த மாதிரி சனங்கள் அடைத்திருந்தால் எப்படி யிருக்கும்? உலகத்தின் பரப்பளவு சுமார் 20 கோடி சதுரமைல், எல்லாமே பம்பாய் பாணியில் அடைத்திருந்தால், அண்டார்ட்டிக்கா, ஹிமாலய மலைகள், சகாரா, பாலைவனம் எங்கும் சமனமாக அடைத்தால் மொத்தம் 20கோடி லட்சம் ஜனங்களை அடைக்க முடியும். இருபது ட்ரில்லியன்!

நம் பூமியின் சனத்தொகை ஏறிக்கொண்டு போகிற போக்கில் இந்த 20 கோடி லட்சம் சனத்தொகையைத் தொடுவதற்கு எத்தனை நாளாகும் தெரியுமா? கி.பி. 2554க்குள்!

நல்ல வேளை!

ஜேனிஸ் யங் ப்ரூக்ஸ் நாவலாசிரியை வசீகரமான வர்ணனைகளைச் சேர்த்து வைத்துத் தருகிறார். ஒரு வாக்கியத்திலேயே ஒரு ஆசாமியின் குணாதிசயங்களைக் காட்டும் உதாரணங்கள்.

உடல்: அவள் உயரத்தை மறைக்க ஒரு மாதிரி குனிந்து நடந்து களைத்துப் போன ஒட்டகச்சிவிங்கி போல இருந்தது.

பேச்சு: வாக்கியம் முடிவதற்குள் செத்துப்போய் விடுவோமோ என்பது போல அத்தனை அவசரமாகப் பேசினாள்.

கண்கள்: அவள் கண்கள் குளிர்கால வானம்போல இரக்கமற்ற துல்லிய நீலமாக இருந்தது.

உடை: 'இந்த டிரஸ்ஸில் நீ பைத்தியக்கார ஆஸ்பத்திரி பிரின்ஸிபால் போல இருக்கிறாய்.'

பாவனை: நடுப்பகலில் கூட நிழலுக்கு நிழல் திருடன் போலத் தாவி நடந்தான்.

19

மூட நம்பிக்கைகள்

பத்திரிகைகளில் முதல்முதல் படிக்கப்படும் பகுதி ஜோஸ்யம். வாரபலன், தினபலன் இவைகள்தாம். மேல் நாட்டிலும் இப்படித்தான். நிறைய பிரதிகள் விற்கும் எல்லா பேப்பர்களிலும் ஜோஸ்யப் பகுதி உள்ளது.

இவைகளை நம்புகிறோமா இல்லையா என்பது, அது சாதகமாக இருக்கிறதா என்பதைப் பொறுத்தது. ஆதித்தனார் தினப்பத்திரிகை நடத்துவதைப் பற்றி ஒரு சுவாரசியமான கையேடு எழுதியிருக்கிறார். அதில் ஜோஸ்யப் பகுதி எப்படி எழுத வேண்டும் என்று குறிப்புக்கள் தந்திருக்கிறார். ஒரு விஷயம் பாதகமாகப் போட்டால் இரண்டு விஷயமாவது நல்லதாகப் போடு என்கிறார்.

சில பத்திரிகைகள் இந்த வம்பே இல்லாமல் 'நண்பர்கள் சாதமாக இருந்தாலும் சில சமயம் எதிர்பாராத செயல்கள் செய்யக்கூடும். எச்சரிக்கையாக இருங்கள். புதன்கிழமை நீலத்தில் ஏதாவது அணியுங்கள்' என்று அயோமயமாக எழுதியிருப்பார்கள். 'கீதாசார்யன்', 'முருகு

ஜோதிடம்' போன்ற பத்திரிகைகள் கிரகங்களின் இருப்பிடங்களை விஸ்தாரமாக அலசி பலன் சொல்கிறார்கள்.

நற்செய்தி என்பது எடைகாட்டும் மெஷினிலிருந்து வந்தாலும் ஏற்றுக்கொள்ளத் தயாராக இருக்கிறோம். ஏதாவது நமக்கு எதிர்பார்த்தது நடக்கவில்லையெனில் அதன் ஏமாற்றத்தைத் தணிப்பதற்காகவும் இந்த ராசி பலன்கள் தேவைப்படுகின்றன.

என் ராசி ரிஷபமா, மேஷமா என்பதே கொஞ்சம் தகராறாக இருப்பதால் சந்தர்ப்பத்துக்குத் தகுந்தபடி எடுத்துக் கொள்கிறேன்.

நமக்கு எல்லோருக்குமே மூட நம்பிக்கைகள் வேறு வேறு அளவில் இருக்கின்றன. சினிமாக்காரர்களுக்கு அமாவாசை, அஞ்செழுத்து, ஒம்பது எழுத்து சென்டிமெண்ட் என்றுகோடி இருக்கிறது. நான்கூட ஏதாவது ஒரு முக்கிய காரியமாகப் போகும்போது, தெருவில் அடுத்தாற்போல் எதிர்ப்படும் காரின் நம்பரைக் கூட்டி 9 வந்தால் காரியம் சாதகமாகும் என்று தீர்மானித்துக் கொள்வேன். 9 வராது. அந்தக் காரின் எழுத்துக்களுக்கு எண் மதிப்பு கொடுத்து, அல்லது அடுத்த காரின் எண்ணைச் சேர்த்துக் கொண்டு எப்படியாவது 9க்கு கொண்டு வந்து காரியம் சாதகமாகிவிடும் என்று தீர்மானித்து விடுவேன்.

அல்லது இப்படியும் தீர்மானிக்கலாம். மூலை திரும்பினதும் நான் முதலில் சந்திக்கும் ஆள் கருப்புத்தொப்பி அணிந்த சைனாகாரனாக இருந்தால் காரியம் பலிக்காது என்று தீர்மானிப்பேன். அப்படி அகஸ்மாத்தாக யாராவது தென்பட்டுவிட்டால், கையில் ஆறுவிரல் இருக்கவேண்டும் என்று உபரியாக கண்டிஷன் போட்டுக் கொள்வது. இப்படி லேசாக ஏமாற்றலாம் என்று சாஸ்திரம் சொல்கிறது.

★

'அன்த்ராபாலஜி' பற்றிய புத்தகம் ஒன்றில் ந்யூஹாவன் பகுதியில் குடிகாரர்கள் பேச்சைப் பற்றிய ஆராய்ச்சிக் கட்டுரையும் வெளியாகியிருக்கிறது. குடிகாரர்கள் வார்த்தைக் குழப்பத்தைப் பற்றி சீரியஸாகவே ஆராய்ச்சி பண்ணி அதற்கு ஒரு விஞ்ஞான மோஸ்தர் கொடுத்து, ரொம்ப பாலிஷாக அந்த நாலு எழுத்து வார்த்தைகளையெல்லாம் பதிப்பித்திருக்கிறார்கள். இந்த மாதிரி தமிழிலும் செய்தால் கீழ்க்கண்ட தமிழ் வழக்குகளை ஆராயலாம்.

1. பங்களூர் கண்டோன்மெண்ட் தமிழ் - 'பொம்பாடா கீரே குரு ஏன் பொம்பிடி அடிக்கிற?'
2. கல்லூரியில் மச்சி, தூளு தமிழ் - அது எப்படி மூன்று வருஷத்துக்கு ஒருமுறை புதுப்பிக்கப்படுகிறது?
3. மைசூர் அய்யங்கார்களின் தமிழ் - 'ஆட்டோ பண்ணிண்டு எங்குள்க்கு வாங்க.'
4. திருநெல்வேலி போத்தி ஓட்டல் தமிழ்.
5. டில்லி, பம்பாய், தமிழ் வகைகள் :'அச்சாச்சா! ஷாப்பாடு ஷாப்ட்டாச்சா நீங்க?'
6. இண்டலெக்சுவல் மணிப்பிரவாள தமிழ் - 'ஒரு மாதிரி ஃபேபியன் மினிமாவைப் பற்றி ஒரு கான்ஃப்ளிக்ட் இருக்கு. ஹவ் யூ நோடிஸ்ட் இட்? கம்பன் வாஸ் ஆல்வேஸ் லைக் தட்! ஈவன் இன் ஹிஸ் ஸௌந்தரா காண்டா...'

ஆறுவித்தியாசம், அறிவுப்போட்டி இவைகளில் எல்லாம் திருப்தி அடையாதவர்களுக்காக கீழ்க்காணும் நான்கு சிறிய (மூளைக்கு வேலைக்) கணக்குகளைக் கொடுத்துள்ளேன். விடை கண்டுபிடித்து எனக்குச் சொல்லுங்கள்.

1. ஒருவர் காரில் 5000 மைல் போனார். அவரிடம் ஒரு ஸ்டெப்னி டயர் இருந்தது. அதையும் சேர்த்து ஒவ்வொரு டயரும் சமமான மைல்கள் போகும்படி மாற்றி மாற்றிப் போட்டுக் கொண்டு 5000 மைல் சென்றார். அப்படியெனில் ஒவ்வொரு டயரும் எத்தனை மைல் தேய்ந்தது?
2. ஒரு ஆளிடம் பத்து ஆடு, இரண்டு மாடு, எட்டு கழுதை இருக்கிறது. அவன் மாடுகளை கழுதை என்று சொல்கிறான். அப்படியெனில் அவனிடம் எத்தனைக் கழுதைகள் உள்ளன?
3. கி.மு. 40 ஏழாவது தினத்தில் பிறந்து கி.பி. 40 ஏழாவது தினத்தில் இறந்துபோன ஒருவர், எத்தனை வருஷம் வாழ்ந்தார்?
4. ஒரு பெண்மணி எப்போதும் உண்மையே பேசலாம் அல்லது எப்போதும் பொய்யே பேசலாம் அல்லது, மாற்றி மாற்றி உண்மையும் பொய்யுமாகப் பேசலாம். இரண்டே இரண்டு கேள்வி கேட்டு அவள், இந்த மூன்று ஜாதியில் எந்த ஜாதி என்று கண்டுபிடிக்க முடியும். அந்தக் கேள்விகள் என்ன?

20

டி.வி. விளம்பரம்

சோப்புத்தூள், ஸாரி, சாக்லேட், சேமியா சமாச்சாரங்கள் மட்டும்தான் டி.வியில் விளம்பரம் செய்ய வேண்டுமா என்ன? நம் இந்தியக் கலாச்சாரத்துக்கு ஏற்ப சில விளம்பரங்களை சிபாரிசு செய்ய விரும்புகிறேன்.

1. சோகமாக ஓர் இளைஞன் வீடு திரும்புகிறான். அவன், அம்மாவை நிமிர்ந்து பார்க்க,

   அம்மா: என்னடா ஆச்சு?

   இளை: 96தாம்மா கெடச்சுது.

   அம்மா விசித்து விசித்து அழத் தொடங்க, காமிராவின் குறுக்கே ஒரு சாத்விகமான ஆசாமி தெரிந்து, கண்ணாடியைக் கழற்றிவிட்டு, உங்களை நேராகப் பார்த்துப் பேசுகிறார்.

   ‘பையன் மார்க் வாங்கலையா? கவலைப் படாதீங்கோ. எங்க மகாத்மா காந்தி பொறியியற் கல்லூரில வீட்டின் பேர்லயும் தங்க

நகைகளின் பேர்லயும் 'ஸீட்' கொடுக்கிறோம். இப்பவே புக் பண்ணிடுங்கோ...'

2. 'ஹவுஸ்ஃபுல்' போர்டு போட்ட திரையரங்கின் முன்னால் கழுத்தில் கர்ச்சீப் கட்டியவர், வாயின் இடது ஓரத்தின் மூலம் 'பால்கனி 20' 'பால்கனி 20' என்று விற்றுக் கொண்டிருக்க, ஒரு அப்பாவி இங்கும் அங்கும் நோக்கிவிட்டு அவரிடம் சென்று, 'ஒரு டிக்கெட் குடுங்க' என்று வாங்கும் சமயத்தில், 'நில்லுங்கள்' என்று குரல் கேட்க... ஃப்ரீஸ். முன்மண்டை வழுக்கையும் இட்லர் மீசையுமான ஒருவர் தோன்றி, உம்மைப் பார்த்து, 'ப்ளாக்கில டிக்கெட் வாங்குவது சட்ட விரோதமான செயல். அடுத்த சந்தில் எங்கள் பைரேட் வீடியோ சங்கத்துக்கு விஜயம் செய்யுங்கள். 10ரூபாய்தான். வி.ஸி.ஆர் வாடகைக்கு வேண்டுமெனில் தரப்படும். தீபாவளி வரை 10 சதவிகிதம் தள்ளுபடி. ரிலீஸாகாத படங்களுக்கு நான்கு நாள் முன்னமே சொல்லி விடுங்கள்.'

கர்ச்சீப்காரனை கழுத்தில் சவுக்கம் போட்டு, உந்தித்தள்ளிக் கொண்டு விலகுகிறார்.

3. டில்லி நெட்வொர்க், தேசிய ஒளிபரப்பாகும் 'கர்ஜமாய்', 'புனியாத்' போன்ற நாடகங்களின் இடையில் ஒரு 20 செகண்டு விளம்பரம். வெள்ளை குல்லாய் அணிந்த ஒருவர் தோன்றி, 'நமஸ்காரம்! இந்தத் தரமான நாடகத்தில் ஒரு அட்சரம் கூடப் புரியவில்லையல்லவா? இந்த விலாசத்துக்கு பத்து ரூபாய் போஸ்டல் ஆர்டர் அனுப்பவும்.

அகில இந்திய இந்தி திணிப்பு இலாக்கா
ஆகாஷ்வாணி பவன்
ரூம் நம்பர் 333, நயிதில்லி 110001.

இந்தி தெரிந்த உத்தரவாதமான மொழிபெயர்ப்பாளரை அனுப்புகிறோம். அவர்களுக்கு 'டிப்ஸ்', ஆகாரம் எதுவும் கொடுக்காதீர்கள்.

4. அலங்கரிக்கப்பட்ட முதல் இரவு அறை. வாசலில், மணப்பெண் நாணித் தலைக்குனிவுடன் உள்ளே செல்ல, அவள் பின்னே நுழையும் மணமகன் கதவை மூடுவதற்கு முன் காமிராவை நோக்கித் திரும்பி, 'இது என் மூன்றாவது திருமணம். வரதட்சிணையாவது, கொடுமையாவது அதற்

கெல்லாம் அவசியமே இல்லை. ஜி.ஜி. ஸ்டவ் உபயோகியுங்கள். உத்தரவாதமாக ஒரு மாதத்துக்குள் வெடித்து விடுகிறது.' கதவை மூடிவிட்டு மறுபடி உடனே திறந்து, 'ஓ! சொல்ல மறந்துவிட்டேன். கல்யாண ஸீஸனுக்கு 25சதம் தள்ளுபடி' கண்ணடித்துவிட்டுக் கதவை மூடுகிறான்.

★

சென்ற வாரம் குறிப்பிட்டிருந்த தமிழ் வகைகளுக்குப் பிற் சேர்க்கையாக ஒரு வாசகர் கீழ்க்கண்டவைகளையும் அனுமதிக்க விரும்புகிறார்.

அ: விளம்பரத் தமிழ்: பம்பாய் வாக்கியங்களை உடனடியாக மொழி பெயர்ப்பதால் விளையும் புதிய பாஷை. உதாரணம்: சுவைமிக்கது, கரகரப்பானது. உங்கள் பாப்பாவின் ஊட்டத் தேவைகளுக்கு உரித்தான பிஸ்கட் தரத்துக்கு உலக விருது களை வென்றவர்கள் பாப்பாவுக்கு உங்கள் பாசத்தை உணர்த்த இதனினும் மிஞ்சியது ஏதுமில்லை பாரினிலே.

ஆ. சிறு பத்திரிகைத் தமிழ்: இலக்கிய விசாரங்கள் கொண்ட சிறு பத்திரிகைகளில் பரவலாகப் பிரயோகிக்கப்படும் செயப் பாட்டு வினை மிஞ்சிய தமிழ்.

சராசரி வைத்துப் பார்க்கப்படும்போது விமர்சனக் கண்ணோட்டம் கூர்மையுடனும் உயர் மட்டத்திலும் காணப்படு கிறது. வெகுஜனப் பத்திரிகைகள், வெகுஜன சினிமா பாதிப்புகள் இங்கில்லாதது இவர்களுடைய நல்ல காலம். இவர்களுடைய த்வனியும் பக்குவமும் வசைபாடிகளுக்கு பல ஆண்டுகளுக்குக் கைவராது.

இ. ஸ்ரீ வைஷ்ணவ பரிபாஷைகள் கொண்ட மணிப்பிரவாளத் தமிழ்: இனி புருஷார்த்த விரோதியாவது, பலனையனுப விக்கும்போது அதனால்தான் ஆனந்தப் படுகை. இது அவனுக்குத் தகாது. அந்த ஆனந்தம் எம்பெருமானுடையது என்று கொண்டிருக்கை - புருஷார்த்த விரோதி கழிந்த நிலை யாகும். இது 'மற்றை நங்கா மங்கள் மாற்று' என்ற ஆண்டாள் பாசுரத்திற் காணத்தகும். இம்மூன்று விரோதிகளின் கழிவும் (நம:) என்னுமதில் தெளிவிக்கப்படுகிறது.

21 மூளைக்கு வேலை

சென்ற வாரம் கொடுக்க மறந்த முந்தின வார விடைகள்.

1. காரில் 5 டயர்கள் ஒவ்வொரு டயரும் 4000 மைல் தேய்ந்திருக்க வேண்டும். (ஆயிரம் அல்ல)

2. கழுதைகள். அவன் எதை வேண்டுமானாலும் கழுதை என்று சொல்லட்டுமே. அதனால் எண்ணிக்கை மாறிவிடுமா என்ன?

3. கி.மு. 40ல் பிறந்து கி.பி. 40ல் இறந்தவர் 79 வருஷம் வாழ்ந்திருக்கிறார். ஏனெனில் கி.மு. வோ கி.பி.யோ 0 என்று இலக்க மிட்டு ஒரு வருஷமும் கிடையாது.

4. அந்தப் பெண்மணியிடம் இரண்டு நிச்சய மான, தெரிந்த விஷயங்களை கேள்வி களாகக் கேளுங்கள். உதாரணம், உனக்கு இரண்டு காதுகளா? இன்றைக்கு என்ன கிழமை... இரண்டுமே தப்பாக பதில்

சொன்னால் அவள் பொய்யள். இரண்டுமே சரியாக பதில் சொன்னால் உண்மை விளம்பி. ஒரு பதில் சரி ஒரு பதில் தப்பு என்றால் அவள் மூன்றாவது வகை.

*(**பின்குறிப்பு:** அந்தப் பெண்மணியிடம் ஒரே ஒரு கேள்வி கேட்டு, அவள் சுபாவத்தை அறிந்து கொள்ளலாம். அது என்ன கேள்வி என்று யோசித்துப் பாருங்கள். விடை கடைசியில் தந்திருக் கிறேன்.)*

இந்த 'மூளைக்கு வேலை'க் கணக்குகளை மார்ட்டின் கார்ட்னரின் மாத்தமாட்டிக்கல் சர்க்கஸ் என்கிற புத்தகத்திலிருந்து எடுத்தேன். கார்ட்னர் பல வருஷங்களாக ஸைன்டிஃபிக் அமெரிக்கன் என்கிற பிரபலமான அமெரிக்க விஞ்ஞானப் பத்திரிகையில் ஒரு பகுதியை தொடர்ந்து எழுதி வந்தார். மூடநம்பிக்கைகளையும் பாசாங்கு விஞ்ஞான வகைகளையும் காட்டிக் கொடுப்பது அவர் பொழுது போக்கு. ஒவ்வொரு மாதமும் நவீன கணித இயலில் ஒரு கட்டுரை எழுதிவிட்டு இறுதியில் சில கேள்விகளும் கேட்பார். ரொம்ப சிந்திக்க வேண்டியிருக்கும்.

அதிகப்படி சிந்திக்க வைக்கக் கூடிய சமாச்சாரங்களே நமக்கு உதவாது. எல்லாமே பொட்டல வடிவில் தந்தால் சந்தோஷம். இந்தச் சுபாவம் தமிழ் மக்களிடம் அதிகமோ என்று கேட்கத் தோன்றுகிறது. தமிழ்நாட்டில் மட்டும்தான் வெறும் துணுக்கு களையே முழுவதும் பிரசுரித்து, மூன்று நான்கு பத்திரிகைகள் உயிர் வாழ்கின்றன. நீண்ட கவிதைகளை யாரும் எழுதுவ தில்லை. இப்போது புதுக்கவிதை என்கிற வலுவான இயக்கம் இன்று துணுக்கு வடிவத்துக்கு வந்துவிட்டது.

சிறுகதைகளும் ஒரு பக்கக் கதைகளாக வடிவெடுத்துக் கொண்டிருக்கின்றன. கட்டுரை என்கிற பேச்சே இல்லை. 'கலைக்கதிர்' போன்ற பத்திரிகைகள் சொத்துள்ளவர்களின் பிடி வாதமான ஆதரவில்தான் தொடர்ந்து வெளிவர முடிகிறது. தீவிரமான இலக்கிய, விஞ்ஞானக் கட்டுரைகளின் இழப்பு, நம் பத்திரிகை உலகின் மகத்தான சோகம். நம்மில் எத்தனை பேருக்கு ட்யூரிங் மெஷின் பற்றியோ அல்லது ஃபிபனோச்சி எண்களைப் பற்றியோ அக்கறை? ஆனால் ரேவதிக்கோ பாண்டியராஜ னுக்கோ எப்போது கல்யாணம் என்று பிறந்த குழந்தை கூடச் சொல்கிறது.

என்னைப் பொறுத்தவரையில் பிடிவாதமாக ட்யூரிங் மெஷினைப் பற்றி சொல்லத்தான் போகிறேன்!

அலன் மத்திஸன் ட்யூரிங் 1954ல் தன் 42வது வயதில் இறந்து போனபோது கம்ப்யூட்டர் இயலில் மிகவும் பிரசித்த பெற்ற பிரிட்டிஷ் விஞ்ஞானி. அவர் ஒரு மிக எளிய இயந்திர அமைப்பைப் பற்றிச் சொன்னார். ஒரு சதுர அட்டை. அதன் மத்தியில் ஒரு சதுர ஜன்னல். அதனடியில் சதுர சதுரமாகப் பிரிக்கப் பட்ட ஒரு நீண்ட பேப்பர் நாடா! அவ்வளவுதான். இந்த 'மெஷினை'யும் ஒரு சில எளிய விதிகளையும் வைத்துக் கொண்டு, உலகத்தில் உள்ள எந்த மஹா மஹா கணக்கையும் போட முடியும் என்று நிரூபித்தார். என்ன கொஞ்சம் நேரமாகும். இருந்தும் ஆதார சித்தாந்தங்கள் முக்கியம்.

ட்யூரிங், 'சிந்திக்கும் இயந்திரங்களைப் பற்றி சற்று அதிக மாகவே சிந்தித்தார். அடுத்த அறையில் இருப்பது மெஷினா மனிதனா என்று கண்டுபிடிக்க முடியாதபடி, ஒரு மெஷினால் கேள்விகளுக்கு பதில் சொல்ல முடிந்தால் அதை 'சிந்திக்கும் இயந்திரம்' என்று சொல்லலாம் என்றார். கி.பி. 2000த்துக்குள் கம்ப்யூட்டர்கள் ஒரு சாதாரண மனிதனை ஐந்து நிமிஷத்துக் காவது இவ்வகையில் ஏமாற்றிவிடக் கூடும் என்று ட்யூரிங் அப்போதே எழுதினார்.

இன்றைய தினங்களில் 'செயற்கை அறிவு' என்கிற இயல் கம்ப் யூட்டர் விஞ்ஞானத்தில் ஒரு முக்கியமான பகுதி. ஸ்டான் ஃபோர்டு, கார்னிஜி மெலன் போன்ற இடங்களில் நூற்றுக்கணக் கானவர்கள் தலை கலைந்து, தூக்கம் குலைந்து, இதில் ரிஸர்ச் பண்ணிக் கொண்டிருக்கிறார்கள். அவர்கள் வாக்கியங்களை, ஒலிக் குறிப்புக்களையெல்லாம் மெஷின் படுத்திவிட்டார்கள். வாக்கியங்களின் அர்த்தங்களை எப்படி ஒரு இயந்திரத்துக்கு புரிய வைப்பது என்றுதான் திண்டாடிக் கொண்டிருக்கிறார்கள். அதற்காக சம்ஸ்க்ருதம் போன்ற மொழிகளின் இலக்கணங்களை புதிய கம்ப்யூட்டர் நோக்கில் கவனித்துக் கொண்டிருக்கிறார்கள். டிசம்பரில் பெங்களூரில் கம்ப்யூட்டர் விஞ்ஞானிகளும் சமஸ்க்ருத பண்டிதர்களும் ஒரு சர்வதேச மகாநாடு கூட்டப் போகிறார்கள். மனித சிந்தனையின் ஆதார சுருதியைப் பிடிப்பதுதான் அத்தனை கஷ்டம்.

'ஒரே கேள்வி'க்கு விடை: அந்தப் பெண்மணியைப் பார்த்து கீழ்க் கண்டவாறு (சற்று ஒதுங்கியிருந்தே) கேட்டுப் பாருங்கள்.

'உன்னிடம் யாராவது ஒரு கேள்வியை இரண்டு முறை கேட்டால் ஒரே ஒரு தடவை தப்பாக 'இல்லை' என்று பதில் சொல்வாயா?

இதற்குப் பதில், 'இல்லை' என்றால் அம்மாள் உண்மை விளம்பி. 'ஆம்' என்றால் அவள் பொய்யள். மாற்றி மாற்றி பேசுபவள் குழப்பத்தில் திருதிருவென்று விழிப்பாள்!

22. ஒரு புதிய அணி

உயர்வு நவிற்சி அணி, வஞ்சப் புகழ்ச்சி அணி என்றெல்லாம் இருப்பது போல 'உடற்பயிற்சி அணி' என்ற ஒரு புதிய அணி வகையை தமிழன்னையின் மலரடிகளில் சேர்க்க விரும்பு கிறேன். இந்த அணியின் முக்கிய இலக்கண விதி உடலின் ஏதாவது ஒரு பாகத்தை வாக்கியங்களில் பயன்படுத்துவது. உதாரணம் கீழ் வருமாறு:

'என் தலைல எழுதியிருக்குப்பா. அதை என்ன தான் மாரடிச்சாலும் மாத்திர முடியுமா?'(தலை, மார்)

'ஏம்பா? மறுபடியும் உன் மனைவியோட மயிர் பிடி சண்டையா?'

'அதை ஏன் கேக்றே. நாக்கு ரொம்ப நீளம். எங்க யாவது நான் வெளிய கிளம்பிட்டா மூக்கில் வேர்க்கும் இவளுக்கு!'

'என்ன இருந்தாலும் அந்தப் பொண்ணுமேல் உனக்கு எப்பவும் ஒரு கண்ணுதான். இதெல்லாம் காதும் காதும் வெச்சாப்பல இருக்கணும்.'

'என்னவோ போ, கடி.'

'இல்லை, தைரியமா பல்லில போடணும்!'

'வயிற்றெரிச்சலைக் கிளப்பாத இப்ப!'

'இதில் கழுத்துவரைக்கும் கடன் வேற! எதில் கை வெச்சாலும் நஷ்டம். உன் அண்ணனைப் பாரு!'

'ஒரு விரல் மாதிரி இன்னொரு விரல் இருக்கா. மூக்கோட்டை மாதிரி வீட்டை வெச்சுண்டு நான் என்னத்தைப் பண்றதாம்? அவனானா கை நிறைய சம்பாதிக்கிறான்.'

'எல்லாத்துக்கும் மச்சம் வேணும்பா!'

'பச் எங்கிட்ட ஒரு ..ம் இல்லை!'

★

தேர்தலில் வென்றதற்கும் கல்யாணம் செய்து கொண்டதற்கும் 'க்ரீட்டிங்ஸ்' வகை நம்பர் தந்திகள் பட்டியல் உள்ளதல்லவா! அதைச் சற்று அவசரமாக விஸ்தரிக்க, கீழ்க்காணும் வாக்கியங் களைச் சேர்த்துக் கொள்ளுமாறு தந்தி இலாகாவை வேண்டிக் கொள்கிறேன்.

29. பத்திரமாய் போய்ச் சேர்ந்ததற்கு வாழ்த்துகள்.

30. நேரத்தில் போய் சேர்ந்ததற்கு வாழ்த்துகள்.

31. இரண்டாம் வருஷமும் குழந்தை பெறாமல் இருந்ததற்கு மனமுவந்த வாழ்த்துகள்.

32. ஒரே ஒரே முறை டயல் செய்து, நம்பர் பெற்று டெலிபோன் பேசியதற்கு வாழ்த்துகள்.

33. சர்க்கார் ஆஸ்பத்திரியிலிருந்து உயிரோடு வெளிவந்ததற்கு வாழ்த்துகள்.

34. ஹைஜாக்கிலிருந்து தப்பித்தற்கு வாழ்த்துகள்.

35. வரதட்சணை கொடுக்காமல் கல்யாணம் செய்ததற்கு வாழ்த்து கள்.

36. . . .

100. எதிர்கால விபத்துக்களுக்காக ரிசர்வ் செய்யப்பட்ட வாழ்த்து கள்.

ஜெயராஜ், அரஸ், ம.செ., மாருதி, ராமு போன்றவர்கள் வரையும் சித்திரங்களை ஆர்வத்துடன் ரசிக்கும் வாசகர்கள் நிறையப்பேர் இருக்கிறார்கள் என்பது எனக்குத் தெரியும். இந்தச் சித்திரக்காரர்கள் எல்லோருமே மிக அழகாக பெண்களை வரைகிறார்கள். அதுவும் மார்பகத்தில் எக்ஸ்பர்ட்! ஆனால் எத்தனை பேரால் கீழ்க்காணும் காட்சிகளை திருப்பதிகரமாக வரைய முடிகிறது?

1. கைவிரல்கள்.

2. வாய்விட்டுச் சிரிக்கும் குழந்தை.

3. குதிரை, தெரு நாய் (பெயர் மணி)

4. மாருதி கார்.

5. ஓடுகிறவர்கள்... மேலிருந்து பார்க்கும் கட்டடம்.

6. அழுகை, டெலிபோன், கைக்குழந்தை...

யோசித்துப் பாருங்கள்.

சில சித்திரங்களை வரைய முடியும். ஆனால் நிஜ வாழ்க்கையில் அவைகளை நிர்மாணிக்க முடியாது. அந்த வகையில் impossible objects என்று பல உண்டு. அவைகளில் பென்ரோஸ் மாடிப்படிகளும் உண்டு. (படம்) இதில் ஒரு கேள்வி: படத்தை உன்னிப்பாகப் பாருங்கள். A என்னும் இடத்திலிருந்து Bக்குச் செல்ல மூன்று படி ஏற வேண்டியிருக்கிறதல்லவா?

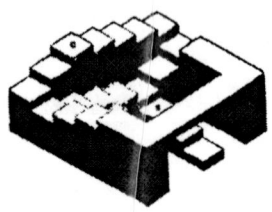

Aயிலிருந்து B வழியாக Cக்குச் செல்ல 10 படிக்குமேல் ஏற வேண்டியதில்லை. எப்படி என்று யோசித்துப் பாருங்கள்.

23

டாக்டர் ஜெயராகவன்

இம்முறை பம்பாய்க்குப் போனபோது டாக்ஸி எனக்கு ஏதோ பிரசவம் போலப் பறந்தது. காதருகே ஸ்பீக்கர்கள் உரத்த குரலில், 'நதும் பேவஃபா' என்ற புராதன கஜலை பாடாய்ப் படுத்தி அலற, 'எக்ஸ்பிரஸ்வே' என்பதில் அப்பப்போ விளக்குகள் தடுக்க, மக்கள் உயிரைத் திரணமாக மதித்து குறுக்கே கடக்கிறார்கள்.

சாஸ்வத அழகுடன் கடல் அவ்வப்போது கோடி காட்டுகிறது. நாற்றத்தை மறந்துவிட்டால், ஓர்லி, பாந்த்ராவில் பல இடங்கள் அழகாக இருக்கின்றன. வானப்போக்குவரத்தில் ஒழுங்கு வந்திருக்கிறாற்போலத் தெரிகிறது. 'மரின் டிரைவி'ன் சரவிளக்குகளில் சரசமாடும் இளைஞர்களைக் கடந்து கொலாபா கஃப் பரேட் பகுதிக்கு வந்தால் சரிபாதியை பணக்காரர்கள் அடைத்துப் போட்டு பச்சைப் பசேல் என்று தோட்டம் போட்டு தத்தம் சிவப்புக் குழந்தை களை ஆயாக்களுடன் விளையாட விட்டிருக் கிறார்கள். மறுபாதியில் மீனவர்களின் தகரக் குடிசைகள், வலைகள், சாராயக் கடைகள்,

எதிர்பாரா இடங்களில் படகுகள் அமைத்து அம்மணக் குழந்தை களை விளையாட விட்டிருக்கிறார்கள்.

மிகப் பணக்காரர்களும் மிக ஏழைகளும் ஒருவரைப் பற்றி ஒருவர் கவலைப்படாமல் அருகருகே ஒன்றி வாழக்கூடிய நகரம் பம்பாய். ஸோடியம் விளக்குகள் ராத்திரி ரஸ்தாக்களை ஆரஞ்சு வெளிச்சத்தில் குளிப்பாட்ட, மாருதி கார்களும் ஸ்டாண்டர்டு 2000 கார்களும் பறக்க, பல்லுப் பல்லாக நடப்பட்டிருக்கும் கற் களின் இடைவெளியில், சந்தடிகளின் மத்தியில் நிம்மதியாகத் தூங்கும் சிறுவன். டிராபிக் விளக்குகளில் நிற்கும் கார்களை அவசரமாகத் துடைத்து ‘சேட் சேட்’ என்று பைசா கேட்கும் அவன் தம்பி.

இருபது மாடிக் கட்டடங்களின் ஆயிரம் ஜன்னல்கள் இரவில் விழித்திருக்க, கேபிள் டிவி, வென்னீர் நீச்சல், பத்தாவது மாடியில் மினி கால்ஃப் - இவைகளின் ஊடே சாலையில் குப்பை பொறுக்கிக் கொண்டிருக்கும் ‘நவோதயா’ பள்ளியில் படிக்கப் போகும் சேரிக் குழந்தைகள். பம்பாயில் இதையெல்லாம் கண்டு கொள்ளவே கூடாது. ஒருகோடிப் பேர்களில் ஒருவராக அலை யடித்துச் சென்று கொண்டே இருக்கப் பழகிவிட்டால், கேள்வி கேட்பதையும் பரிதவிப்பதையும் ரத்து செய்துவிட்டால், பம்பாய் ஒரு இன்ப நகரம். காசு கொடுத்தால் சகலமும் கிடைக்கும். நல்ல பால், நல்ல பள்ளிகள், நல்ல பஸ் வசதி, நல்ல குடி தண்ணீர், அதிகம் வெட்டாத மின்சாரம், நல்ல ஆஸ்பத்திரி கள்... என்று அவ்வப்போது அங்கங்கே இடறும் ஏழைகளைப் பொருட்படுத்தாமல் சென்றால் உபத்திரவமில்லை.

டாக்டர் விஜயராகவன் பம்பாய் ‘டாட்டா இன்ஸ்ட்டியூட் ஆஃப் ஃபண்டமெண்டல் ரிஸர்ச்’சில் பௌதிக இயலில் ப்ரொஃபஸராக, பட்னாகர் அவார்டு வாங்கியவர் என்பதைவிட அவருடைய தமிழார்வத்தால் நான் அவர்பால் ஈர்க்கப்பட்டேன். மகாவித்து வான் இரா. இராகவையங்கார் பேரன் அவர். பேராசிரியர் மு. இராக வையங்காரின் குடும்பம். தமிழார்வத்தில் ஆச்சரியமே இல்லை. ஒவ்வொரு முறை சந்திக்கும்போதும் புதுசாக ஒன்று சொல்வார். சங்க இலக்கியங்களிலும் ஆழ்வார் பாடல்களிலும் நிறைய ஈடுபாடு. இம்முறை மு. இராகவையங்காரின் ‘வேளிர் வரலாறு’ ஒரு பிரதியும் வேம்பத்தூரார் (கி.பி.1800) அழகர்பிள்ளைத் தமிழி லிருந்து ஒரு பாட்டும் பரிசாகக் கொடுத்தார்.

'...துண் என்று ஓடும் சிறுவா நின் களவு காட்டும் எம் இரண்டு கண்ணும் களிக்க வருகவே' என்று பெரியாழ்வார் பாடலுக்கு ஈடு சொல்லக்கூடிய பாடல்.

சமீபத்தில் நான் படித்த மற்றொரு புத்தகம் யாழ்ப்பாணப் பல்கலைக்கழகத்தைச் சேர்ந்த கலாநிதி அ. சண்முகதாஸ் அவர்களின் தமிழ் மொழி இலக்கண இயல்புகள். பங்களூரிலிருந்து வெளிவரும் 'இன்று' பத்திரிகையின் ஆசிரியர் தமிழவன் எனக்கு இந்தப் புத்தகத்தைக் கொடுத்தார்.

மொழி என்பது சமூக சம்பந்தமான கருத்துத் தொடர்புச் சாதனம் என்பதால் சமூகத்தோடு சார்ந்த அரசியல், கலாசாரம், பொருளாதாரம் இவைகள் மொழியின் இலக்கணத்தையும் பாதிக்கும் என்கிற கருத்தின் அடிப்படையில் தமிழிலக்கணத்தை புதுசாகப் பார்க்கிறார் கலாநிதி. அங்கங்கே 'சோக்கிறற்றிஸ்', பிளேற்றோ' போன்ற வார்த்தைகளைச் சந்தித்தாலும், ஆராய்ச்சி முறை நிச்சயம் வசீகரமாக இருக்கிறது. தமிழிலக்கணத்தின் அடிப்படைக் கோட்பாடுகள், சமயம், சமூகம், அரசியல் என்று ஸ்தாபிக்க விரும்புகையில், தமிழ் மொழியில் எத்தனையோ ஆண்பாலை உணர்த்தும் சொற்களுக்கு நிகரான பெண்பாற் சொற்கள் இல்லை. உதாரணமாக, ஒளவையார் போன்ற பெண் பாற் புலவர்கள் தமிழ் நாட்டிலே வாழ்ந்து சிறப்புற்ற போதிலும் அவர்கள் புலவர் என்ற பொதுச் சொல்லாலேயே அழைக்கப் பட்டனர். புலவன் என்னும் ஆண்பாற் சொல் வழக்கில் இருக்கும் அதே வேளையில் அதற்கு நிகரான பெண்பாற் சொல் இல்லை. இதுபோன்று பின்வரும் ஆண்பாற் சொற்களுக்கு நிகரான பெண்பாற் சொற்கள் இல்லை.

சான்றோன், அறிஞன், ஒற்றன், வீரன், கலைஞன், மன்னன், அந்தணன், வணிகன், அமைச்சன், புரோகிதன், காவலன், கவிஞன், விருந்தினன், அறிவாளன், பாகன், முனிவன், கணக்கன், சோதிடன்... இதற்குக் காரணம் சமயம்தான் என்கிறார்.

'பெண்கள் சமய அடிப்படையிலே தாழ்ந்தவர்கள் என்று கொண்ட காரணத்தால் பிற்காலத்தில் சமூக, அரசியல் அடிப் படையிலும் அவர்கள் தாழ்த்தப்பட்டனர். இதனால் அறிவுள்ள வர்களாகவோ, கலைஞானம் உடையவர்களாகவோ அவர்கள் கருதப்படவில்லை போலும். அப்படி இல்லாவிடில் அறிஞன், கவிஞன், கலைஞன் போன்ற சொற்களுக்கு பெண்பாற் சொற்கள் வழக்கில் வந்து சேர்ந்திருக்கும்'என்கிறார் தாஸ்.

இந்தக் கருத்தை என்னால் ஒப்புக் கொள்ள முடியவில்லை. இன்றைக்கு 'கவிதாயினி' என்று புதுசாக ஒரு சொல் கிளம்பி யிருப்பது நிறைய பெண்கள் கவிதை எழுதக் கிளம்பியிருப்பது தான் காரணம். தேவையிருப்பின் வார்த்தைகள் ஏற்படும். அந்தக் காலத்தில் முனிவிகளும் ஜோதிடிகளும் இல்லை. (இப்போதும் இல்லை!) இருந்தால் வார்த்தை வரும். அல்லது தேவைக்கேற்ப இலக்கணம் மாறும்.

கொஞ்சம் கொஞ்சமாக சண்முகதாஸ் குறிப்பிடும் வார்த்தைகள் எல்லாமே தத்தம் ஆண்மையை இழந்து இருபாலருக்கும் பொதுவாகிவிடும்.

எழுத்து பற்றிய உபதேசங்களைக் கொஞ்சம் வாரங்களாக மறந்து விட்டோமே - 'அனுபவம் என்பது அத்தனை தேவையில்லை என்று நான் நினைக்கிறேன். எனக்கு ஏற்பட்ட சில மிக ஆதார மான அனுபவங்கள் நான் படித்த புத்தகங்கள். சிறுவனாக இருக்கும்போது படித்ததுதான் என்னை எழுத்தாளனாக விரும்பும்படி செய்தது' - ஜான் இர்விங்.

24

மூன்று திரைப்படங்கள்

ஒரு ஆங்கிலப் படம், ஒரு பெங்காலிப் படம், ஒரு இந்திப் படம் என்று சமீபத்தில் நான் பார்த்த மூன்று திரைப்படங்களையும் சகட்டு மேனிக்கு விமரிசனம் செய்துவிட உத்தேசம்.

'கொல்லும் வயல்கள்' (கில்லிங் ஃபீல்ட்ஸ்) வியட்னாம் போர், தன் இறுதிக் காலங்களில் அண்டை நாடான கம்போடியாவிலும் பொங்கி வழிந்தது. வியட்னாமியர்கள் உள்ளே புகுந்தார்கள். அமெரிக்கர்கள் போகிறபோக்கில் பொறுப்பின்றி கம்போடியா மேல் குண்டுவீச, புரட்சிப்படையினரான கமேர் ரூஜுக்கும் லான்நால் அரசாங்கத்துக்கும் ஏற்பட்ட உள் நாட்டுப் போரில் ஏறத்தாழ முப்பது லட்சம் பேர் செத்துப்போனார்கள். அகதிகளானார்கள். அந்த நாள்களில் நடந்த உண்மைக் கதையை ஆதரித்து எடுக்கப்பட்ட படம் இது.

கதை, ஸிட்னி ஷான்பர்க் என்னும் ந்யூயார்க் டைம்ஸ் பத்திரிகை நிருபனின் கோணத்திலிருந்தும், அவனுக்கு கம்போடியாவில் செய்தி

சேகரிக்க ஒத்தாசை செய்த டத்ப்ரான் என்னும் கம்போடிய நண்பனின் கோணத்திலிருந்தும் சொல்லப்படுகிறது. துப்பாக்கிக் குதிரை மேல் எப்போதும் விரல் வைத்திருக்கும் புரட்சி இளைஞர்களிடம் கெஞ்சிக் கூத்தாடி அமெரிக்கர்களின் உயிரைக் காப்பாற்றுகிறான் ப்ரான். அதற்குப் பிரதியுபகாரமாக அவனை கம்யூனிஸ்டுகளிடமிருந்து காப்பாற்றி நாடு கடத்த முடியாமல் போகிறது. பிரெஞ்சு எம்பஸி மூலம் கம்போடியாவிலிருந்து தப்பித்த ஷான்பர்க் அமெரிக்கா திரும்பி வந்துவிடுகிறான். அங்கே அவனுக்கு துணிச்சலான நிருபனுக்கான பரிசு கிடைக்கிறபோது, நண்பனைக் காப்பாற்றாமல் விட்டு வந்த குற்ற உணர்ச்சி உறுத்துகிறது. ப்ரான், கம்யூனிஸ்டுகளிடம் அகப்பட்டு, வயல்களுக்கு அனுப்பப்பட்டு, பற்பல இன்னல்களுக்கு உள்ளாகித் தப்பித்து, நெல் சரிக்க வேண்டிய சேற்றில் ஆயிரமாயிரம் மண்டையோடுகள் சிதறி இருக்கும் வயல்களைக் கடந்து, தாய்லாந்து எல்லைக்கு வந்து செஞ் சிலுவையில் சரணடைகிறான். நண்பர்கள் மறுபடி சந்திக் கிறார்கள்.

கலர்ப் படத்தில் யுத்தத்தைக் காண்பிப்பது சிரமம். ஏதாவது ஒரு விதத்தில் போலியாக இருக்கும். ஆனால் இந்தப் படத்தில் கம்போடிய போர்க்காட்சிகள் நம் ரத்தத்தை உறைய வைக்கின் றன. டைரக்டர் ஜஃபியும், காமிரா க்ரிஸ்மேன்ஜஸ்ஸூம் நேராக யுத்தத்தில் இருந்து எடுத்தாற்போல் பிரமையை ஏற்படுத்து கிறார்கள்.

தெருவில் அலையும் அகதிக் குழந்தைகள், ஆஸ்பத்திரி சுவரில் ரத்தம், எட்டு வயசு - பத்து வயசு பெண்களும், பையன்களும் துப்பாக்கி பிடித்துச் சுட்டுத்தள்ளுவது, இடையே செய்திக்கு மட்டும் அலையும் டெலிவிஷன் பத்திரிகை நிருபர்கள், ப்ரெஞ்சு எம்பஸியின் குழப்பம் எல்லாவற்றையும் ஒருவிதமாக கையாலாகாத்தனத்துடன் ஒரு அநியாயத்தை வேறு வழி யின்றிப் பார்த்துக் கொண்டிருப்பது போன்ற உணர்வு ஏற்படு கிறது.

அமெரிக்கப் படமாக இருந்தாலும் குற்றத்தில் அமெரிக்கர்களின் பங்கைக் குறைத்துக் காட்டவில்லை. இதில் கம்போடிய நண்ப னாக நடித்த டாக்டர் ஹைங்கோர் என்கிற நடிகருக்கு ஆஸ்கர் பரிசு கிடைத்தது பொருத்தமானது.

தூர்தர்ஷனில் ஞாயிற்றுக்கிழமை மத்தியானத் தூக்கமின்றி விழித்திருந்தால் திடீர் என்று ஒரு நல்ல படம் ஸப்டைட்டிலுடன் சிக்கும். அப்படி சென்ற வாரம் மிருணாள் சென்னின் பழைய படமான 'எக் தின் பிரதி தின்' கிடைத்தது.

வேலைக்குச் சென்ற பெண் ராத்திரி ரொம்ப நேரமாகியும் வீட்டுக்குத் திரும்பவில்லை. இந்தச் சம்பவம் குடும்பத்தில் அப்பா, அம்மா, தங்கை, தம்பி, அண்ணன், அக்கம்பக்கத்தினரை எப்படி பாதிக்கிறது, எப்படி அவர்களின் பீதியும் குழப்பமும் கணத்துக்குக் கணம் அதிகரிக்கிறது, என்னவோ ஏதோ என்று அண்ணன் 'மார்க்கில்' போய் விபத்துப் பிணங்களைப் பார்வையிடுவது, வீட்டில் டென்ஷன் அதிகரித்து ஒருவரை ஒருவர் குதறுவது... சென் இரக்கமில்லாமல் அந்த கல்கத்தா இரவைக்காட்டுகிறார். கடைசியில் அந்தப் பெண் நடு ராத்திரியில் திரும்பி வருகிறாள்.

அவரவர் தத்தம் கோபங்களை மறைமுகமாக வெவ்வேறு வடிவங்களில் வெளிப்படுத்துகிறார்களே தவிர, என்ன ஆச்சு, ஏன் லேட்டாக வந்தாய் என்று யாரும் கேட்பதே இல்லை.

அவளே கேட்கிறாள், உங்கள் யாருக்கும் அதைப்பற்றி அக்கறை யில்லையா என்று. அந்தக் கேள்விக்குப் பதில் படத்தில் சொல்லப்படுவதே இல்லை. மிருணாள் சென் மிகக் கடுமையாக உண்மையை இனம் பிரித்துக் காட்டுகிறார். அவர்கள் ஆதங்கங் கள், கவலைகள் எல்லாம் தத்தம் சுயநல வெளிப்பாடுகளே. அந்தப் பெண் அந்தக்குடும்பத்தில் சம்பாதிக்கும் ஒரே பிரஜை. அவள் வரவில்லை என்பதில் ஒவ்வொருவரின் பத்திரங்களும் கலைக்கப்பட்டுவிட, அதுதான் கவலை, பதற்றம் எல்லாம். வந்துவிட்டாள் என்றபின் விஷயம் தீர்ந்துவிட்டது; பத்திரங்கள் மீட்கப்பட்டுவிட்டன. காலை எழுந்து எல்லோரும் தின வாழ்க்கையைத் தொடர்கிறார்கள். ஏக் தின் பிரதி தின் - ஒருநாள் - தினம் தினம்.

சென் சில வேளைகளில் பாத்திரங்களை காமிராவை (நம்மை)ப் பார்த்துப் பேசவைக்கிறார். அவர் சினிமாவை சற்றே கவிதை கலந்த பிரச்சார சாதனமாகத்தான் பயன்படுத்துகிறார்.

நடுத்தரவர்க்கத்தின் பாசாங்குகளை அவர்களை அறியாமல் வெளிப்படுத்துவதில் சென் நவீன இந்திய சினிமா முதல்வர் களில் ஒருவர்.

ரமேஷ் ஷர்மா என்னும் புதிய டைரக்டர் எடுத்த இந்திப்படம் 'ந்யூடெல்லி டைம்ஸ்'. சசிகபூர் தயாரித்து நடித்திருக்கிறார். உடன் ஓம் பூரி, ஷர்மிளா டாகூர் இவர்களுடன் சற்று பரிச்சய முள்ள விளம்பர நடிகர்களும் உண்டு. (கோல்கேட் டாக்டரை, எடிட்டராகப் பார்ப்பது சற்று அதிர்ச்சியாகத்தான் இருக்கிறது.) அஜய்சிங், திரிவேதி என்ற இரண்டு அரசியல்வாதிகளின் பதவிப் போராட்டத்தில் காஜிபூர் எம்.எல்.ஏயின் கொலையும் காஜியாபாத் விஷ சாராயமும் சம்பந்தப்பட்டிருப்பதை 'ந்யூ டெல்லி டைம்ஸி'ன் நிர்வாக ஆசிரியர் விகாஸ் பாண்டே பிரசுரிக்க, அவனுக்கு பயமுறுத்தல் ஃபோன்களும், குண்டர் களின் அடிதடியும், மனைவிக்குப் பீதியும் ஏற்பட, முதலாளியின் தைரியத்தில் விடாப்பிடியாக உண்மையைத் துரத்தும் கதையின் இறுதியில் உண்மை என்பதே என்ன என்று சந்தேகம் வருகிற வரை அரசியல் குட்டை குழம்பிக் கிடப்பதை உணர்கிறான். இவன் இத்தனை தூரத்துக்கு மெனக்கெட்டு உண்மையைத் தேட, கடைசியில் அஜய் சிங்கும் திரிவேதியையும் ஒருத்தரை ஒருத்தர் கட்டிக்கொண்டு, நீ முதல்வர், நான் உபமுதல்வர் என்று சிரித்துக்கொண்டே டி.வி. பேட்டி கொடுக்கிறார்கள்!

சசிகபூர் நடிக்கிறார்போல் தெரியவில்லை. அவர் பாட்டுக்கு டீ குடித்துக்கொண்டு, பைப் பிடித்துக் கொண்டு வீட்டில் இருப்பது போல இருக்கிறார். ஓம் பூரி, அஜய் சிங்கின் பாத்திரத்தைக் கச்சிதமாக, திறமையாகச் செய்திருக்கிறார். ஷர்மிளா டாகூர் எட்டு தடவை டீ போட்டுக் கொண்டு வருகிறார். ஆறுதடவை டெலிபோனை எடுத்து 'விகாஸ் துமாரா போன்' என்கிறார். நான்கு முறை நைட் டிரஸ்ஸில் படுக்கையில் படுத்துக் கொண்டு கவலைப்பட்டு, கணவனால் முத்தமிடப்படுகிறார். அதோடு சரி.

சுப்ரதா மித்ராவின் போட்டாகிராபி திறமையாக இருந்தாலும் ஆர்ட் படம் என்றால் ராத்திரி காட்சிகள் அதிகமாக வேண்டும் என்கிற சித்தாந்தத்தை எப்போதாவது உடைக்க வேண்டும். லூயிஸ் பாங்ஸ் என்னும் புதிய இசையமைப்பாளர் இப்போது அவருடைய சின்தஸைஸர் ஜாலங்களால் பிரபலமாகிக் கொண்டு வருகிறார். ('ராஜ் ஸேஸ்வராஜ்' 'க்விஸ் டைம்' இவை களின் தலைப்பு சங்கீதத்தைக் கேட்டுப் பாருங்கள்.)

காஜிபூர் கலகத்தில் ஊர் எரிவதை உண்மையாகக் காட்டியிருந் தாலும் விகாஸ் பாண்டேயின் வீட்டில் பூனே காரில் அறையப்

பட்டு ரத்தச் சிதறலாகக் காட்டப்பட்ட காட்சி பயங்கரமாக இருந்தது.

இந்திய சினிமாவில் இதை ஒரு மைல்கல் என்று சொல்ல முடியாது. இருந்தாலும் அமிதாப்பச்சன், டபுள்ரோல் ஜெய ப்ரதா, ஸ்ரீதேவி, ஜிதேந்திரா போன்றவர்கள் ஓடிப்பிடித்து விளையாடும் படங்களிலிருந்து வெகு தூரம் வந்துவிட்டோம்.

25. ஏ.கே. ராமானுஜன்

ஏ.கே. ராமானுஜனைப் பற்றி முன்பு ஒரு முறை குறிப்பிட்டிருந்தது நினைவிருக்கலாம். அண்மையில் அவருடைய Poems of Life and War என்கிற அருமையான மொழி பெயர்ப்புகளைப் படித்தேன். ஆக்ஸ்போர்டு பல்கலைக்கழகம் பதித்திருக்கும் இந்தப் புத்தகத்தில் ராமானுஜன் சங்கப் பாடல்களில் சிலவற்றைத் தேர்ந்தெடுத்து, ஒரு கவிஞனின் உணர்வோடு மொழி பெயர்த்து, ஒரு விஸ்தாரமான பின்னுரையும் கொடுத்திருக்கிறார்.

பொதுவாக, நம் தமிழ்க் கவிதைகளை ஆங்கிலத்தில் மொழி பெயர்க்கும் முயற்சிகள் இதுவரை தோல்விகள்தாம். காரணம், மொழி பெயர்த்தவர்கள் எல்லோரும் பண்டிதர்கள், பாதிரிகள், கவிஞர்களைத் தவிர எல்லோரும் முயன்றுதோற்றிருக்கிறார்கள். சில நூறு பாடல்களை மொழி பெயர்க்க மொத்தம் பதினைந்து வருஷம் எடுத்துக்கொண்டிருக்கிறார். அப்படியும் ராமானுஜன் திருப்திப்படவில்லை. 'மொழி பெயர்ப்புகளும் கவிதைகளாதலால் அவை முடிவதே

இல்லை. கைவிடப்படுகின்றன' என்று அமைதியாக, ஆரவாரமில் லாமல் சொல்லிக்கொண்டாலும் கமில் ஸ்வெலபில், கைலாசபதி, ஜார்ஜ் ஹார்ட் போன்றோருக்கு அதிகப்படியாக நன்றி சொல்லிக் கொண்டாலும் ராமானுஜனின் மொழி பெயர்ப்புகள் சில மூலத்தின் அற்புதத்தைத் தொடுவதற்குக் காரணம் ராமானுஜன் என்னும் கவிஞன்தான்.

ஏறத்தாழ, இருநூறு சங்கப்பாடல்களை மொழிபெயர்த்திருக் கிறார். பாதி அகத்துறை, மீதி புறம். லேசாக திருமுருகாற்றுப் படை யும், பரிபாடலும். ராமானுஜனின் விரிவான பின்னுரையில் ('கவிதைகள்தான் முதலில்') சங்கப்பாடல்களின் அமைப்பையும் அவைகளின் அசைவுகளையும் படிமங்களையும் தமிழ்ப் பண்பாட்டையும் தொல்காப்பியத்தின் மரபையும் மிகத் தெளிவாக விளக்குகிறார். இவருடன் சேர்ந்து கொண்டு சங்கப் பாடல்களைப் படிக்கும் போது அவைகளின் சிற்சில புதிய படிமங்கள் புரிகின்றன. சில ஆச்சரியங்கள் கிடைக்கின்றன. அடடா, நாம் இதை ஏன் கவனிக்கவில்லையென்று, சில வியப்புகளும் உண்டு.

உதாரணத்துக்கு ஐங்குறுநூறின் ஒரு பாடலை ராமானுஜனுடன் ரசிக்கலாம்.

'அன்னாய் வாழிவேண்டு அவன் நம் படப்பைத்
தேன் மயங்கு பாலினுமினிய அவர் நாட்டு
உவாலைக் கூவழ் கீழ்
மானுண்டெஞ்சிய கலிழி நீரே.'

பிறந்த வீட்டுக்கு வந்திருக்கும் தலைவியிடம், அந்த நாட்டு நீர் அவ்வளவு இனியது அல்லவே, எப்படித்தான் அதைச் சாப்பிட் டாயோ என்று கேட்க, அதற்குப் பதிலாக அவள் சொல்வதாகப் பாட்டு. நம் தோட்டத்துத் தேனையெடுத்து பாலில் கலந்ததைக் காட்டிலும் அவர் நாட்டில் கிணற்றடியில் தழையும் மிருகங்களின் கலங்கலாகவும் இருக்கும் நீர் இனிமையானது என்கிறாள்.

ராமானுஜனின் விளக்கத்தை அப்படியே மொழி பெயர்த்துத் தருகிறேன்.

'இந்தக் கவிதையைச் சொல்கிறவள் தன் தோழியை முதலில் வாழ்த்தித் தொடங்குகிறாள். அதன்பின் தன் பரிச்சயமான பாத்திர மான இளம்பருவத்து பாலும் தேனும் கலந்த பானத்தைப் பற்றிப்

பேசுகிறாள். அதிலிருந்து உற்சாகமாகத் தன் காதலனின் அழுக்கான, மிருகங்கள் கலக்கிய கிணற்றுக்குச் செல்கிறாள். இந்தக் கவிதை அவள் முதல் செக்ஸ் அனுபவத்தைப் பற்றியது. அவள் அனுபவம், அவள் கண்டுபிடிப்புகள், தழை மூடிய கிணறுகள், அவளுக்கு வீட்டின் பத்திரமான பாலும் தேனைவிடக் கவர்ச்சிகரமாக இருக்கிறது. அவள் ஒழுங்கையும், பண்பாட்டையும் பாலையும் தேனையும் விட்டுச்சென்று மற்றொரு ஊரின் கலங்கல் தண்ணீரை மிருகங்களோடு பங்கிட்டுப் பருகத் தயாராகிறாள். கவிதை 'அன்னாய்' என்று தொடங்கி 'கழலிநீரே' என்று முடிகிறது. அன்னையின் அரவணைப்பிலிருந்து அவள் கணவனின் காதல் உலகத்துக்கு அசைகிறது. இரண்டு இடங்களும் இரண்டு நிலைகள் அல்லது இரண்டு வகை மனிதர்களை வர்ணிக்கிறது. கணவனின் இடம் ஒரு வகையில் கணவனைப்போல. மற்றொரு கோணத்தில் அவள்தான் கலக்கப்படும் கிணறு. அவன்தான் அதைக் கலக்கும் விலங்கு. அவள் அதை விரும்புகிறாள்... இவ்வாறு ஒரு சிறிய கவிதை, அதனுடன் நாம் தொடர்ந்து போக, வாழ்க்கையில் பற்பல விஷயங்களைச் சொல்கிறது.

இந்தக் கவிதையில் பெயர்களோ, ஊர்ப் பெயர்களோ இல்லை. அனுபவத்தின் கணத்தில் சமூகம் ஏதும் கிடையாது. மலை நாடுகளில் காதல்களின் தனிமை மட்டும்தான். இருந்தும் கதைமாந்தர்கள் உண்டு. ஒரு குடும்பம், காதலர்கள்... கவிதையின் தலைப்பு அல்லது முதற்குறிப்பு அதன் கணத்தை வரையறைப்படுத்துகிறது.

இதைப் பேசுபவள் பாதி தனக்குள் பேசிக்கொள்வது போல இருக்கிறது. இருந்தும் தோழியிடம் சொல்கிறாள். இது ஒரு நாடகத்தில் வசனம் போலவும் இருக்கிறது. பேசுவது இதன் ஆசிரியர் கபிலர் இல்லை. பேசுவது ஒரு பாத்திரம். தலைப்பிட்ட இந்தக் கவிதைகள் யாவும் முழுமையான சூழ்நிலையைத் தம்முள் கொண்டுள்ளவை. 'அகம்' என்பதன் அத்தனை அர்த்தங்களும் உள், உள்ளம், வீடு எல்லாமே இதில் தென்படுகின்றன.

ராமானுஜன் இவ்வகையில் தன் கவிதையுள்ளத்தைத் தொட்ட கவிதைகளை மொழி பெயர்த்திருக்கிறார். பல பிரமிப்பூட்டுகின்றன. சில ஏமாற்றுகின்றன. பொதுவாக மிக மிகச் சிரத்தையுடன் மூலப் பாடலின் உள்ளத்தைக் கொண்டு வர முயற்சி செய்தது. சிலவேளை ஆங்கிலத்தின் நவீனத்தால் இலக்கு

விலகிப் போனாலும் மொழி பெயர்ப்பு வகையில் மிகச் சிறந்தது இது. ஒரு உதாரணம்.

யாரும் இல்லை தானே கள்வன்
தான் அது பொய்ப்பின் யான் எவன் செய்கோ
தினைத்தாள் அன்ன சிறுபசுங்கால்
ஒழுகு நீர் ஆரல் பார்க்கும்
குருகும் உண்டு தான் மணந்த ஞான்றே

Only the thief was there no one else
And if he should lie, what can I do?
There was only
a thin-legged heron standing
on legs yellow as millet stems
and looking for lampreys
in the running water
when he took me.

26

ஸார்க்

ஸார்க் (SAARC) மாநாட்டுக்காகச் சென்ற வாரங்களில் பெங்களூரை ஜுரவேகத்துடன் ஒப்பனை செய்தார்கள். ஒரு மாதத்தில் அஞ்சு கோடி ரூபாய் செலவழிப்பது என்பது சுலப மில்லை. என்னதான் மறைமுகமாகச் சாப்பிட் டாலும் கொஞ்சமாவது ரோடு போட்டு, விளக்கு போட்டு, பெயிண்ட் அடித்து, கண்ணில் படும் படியாக ஏதாவது செய்தால்தான் ஜனங்கள் நம்பு வார்கள். ஐநூறு ரூபாய் பட்டாசு வெடித்தேன் என்று சொல்லி, ஒரே ஒரு ஒத்தை வெடியையும் கம்பி மத்தாப்பூவையும் காட்ட முடியாது. அது போலத்தான் பெங்களூர் ஒப்பனை. கொஞ்ச நேரம் அசைவில்லாமல் சில தெருக்களில் நின்றால் படக் கென்று உம்மேல் பெயிண்ட் அடித்துவிடுவார்கள். ராவோடு ராவாக மரம் நட்டு, மஞ்சள் பூசி, மந்திரி வீடுகள், கவர்னர் மாளிகை முன், ஏர்போர்ட் சாலைகளில் கால் இன்ச்சு தார் விரித்து, சினிமா செட்டுப் போட்டாற்பால் உன்னதப்படுத்திவிட் டார்கள். மகாத்மா காந்தி ரோடு பிளாட்பாரத்தில் மொசாக்கு போட்டிருக்கிறார்கள். அதற்கு

இணையான பேரேடு ரோட்டில் குண்டும் குழியும் காரணம், சார்க் தலைவர்கள் அவ்வழி செல்ல மாட்டார்கள்.

இந்த அவசர ஜோடனையில் தமிழர்களுக்கு நல்ல சிறப்பு. தார்ரோடு போட்டவர்கள் அத்தனை பேரும் தமிழர்கள். கொப்பளிக்கும் பாட்டையில் கால்களில் சாக்கு சுற்றி, இளம் பெண்கள் கருப்புக் கண்ணாடி திரவத்தை இரைத்துவிட்டு, பிளாட்பார ஓரத்தில் தூளியில் ஆடும் பிள்ளைகளுக்கு பாடிய தாலாட்டில் தமிழ் விளையாடியது.

இந்தவகையில் தமிழர்களைப் பற்பல மாநிலங்களில் சந்திக்க முடிகிறது. பெங்களூரில் பழைய பேப்பர்காரர்கள் அத்தனை பேரும் திருநெல்வேலி. தச்சு வேலைக்காரர்கள், கொத்தனார்கள் காட்பாடி. டில்லியில் வீட்டு வேலைக்காரர்கள். சேலம், பம்பாயில் பாவ்பாஜி, ஹைதராபாத்தில் பனாரஸிபான் என்ற பற்பல ஆச்சரிய முனைகளில் தமிழைச் சந்திக்க முடிகிறது. இந்திய தேசத்தை நிர்மாணிக்கும் பணிகளில் நம் தமிழர்களின் பங்கைப் பற்றிப் பெருமை கொள்ளுமுன் இன்னும் கொஞ்சம் மேஸ்திரிகளாகவும், மந்திரிகளாகவும் இருக்கலாமே என்ற ஆதங்கம் உள்ளது.

★

தூர்தர்ஷனில் சில சனிக்கிழமை ராத்திரிகளில் முழுசாகப் படம் காண்பிக்கிறார்கள். சிவப்பிந்தியர்கள். ரஷ்யப்புரட்சி என்று கலந்து கட்டியாக இருக்கும். திடுதிப்பென்று கேத்தன் மேத்தா வின் 'ஹோலி' போன்ற படங்களும் கிடைக்கும்.

முழுக்க முழுக்க பிலிம் இண்ஸ்டிட்யூட் திறமைகளை வைத்துக் கொண்டு நஸிருத்தீன் ஷா, ஓம்பூரி போன்ற தேர்ந்த நடிகர்கள் ஆரவாரமில்லாமல் தலையைக் காட்ட, முழுக்க முழுக்க பூனா இண்ஸ்டிட்யூட் மாணவர்கள் நடித்திருக்கும் இந்தப் பரி சோதனைப் படத்தில் முதன் முதலில் குறிப்பிட வேண்டியது, அதன் காமிரா (ஜெகாங்கீர் செளத்திரி). ஒரு முழுப் பாடலை, தொடர்ந்து ஒரே ஷாட்டில் காண்பித்திருக்கும் ஒரே படம் இது தான் என்று சொல்லலாம். பிரமிப்பூட்டும் காமிரா திறமை. மாணவர்களின் நிலையில்லாத அலைச்சலைக் காட்ட, காமிரா வும் அலைகிறது. காலேஜ் ரூம் ரூமாக வகுப்புகளில் நுழைந்து, காரிடாருக்கு வந்து, படியிறங்கி, மரத்தடியில் தம் அடித்துக் கொண்டிருக்கும் மாணவர்கள் வரை ஒரே ஷாட்டில் காட்ட மிக மிகத் திறமையும் நடிகர்களின் ஒத்துழைப்பும் வேண்டும்.

இந்தப் படம் ஒரு கல்லூரியில் ஒரே ஒரு தினத்தைப் பற்றியது. அன்று ஹோலி தினம். அன்றைக்கு லீவு விட்டாகவேண்டும் என்று மாணவர்கள் கலாட்டா செய்யலாமா என்று யோசிக்கிறார் கள். மாணவிகளை சீட்டியடிக்கிறார்கள். புதுசாக வந்த இந்தி லெக்சரரை அடித்து அனுப்புகிறார்கள். கான்டீனில் சண்டை போடுகிறார்கள். பெண்களைத் தனியாகச் சந்தித்து, 'தம்ஸ் அப்' சாப்பிட வருகிறாயா என்கிறார்கள். திடீர் என்று தம்ஸ் அப் பாட்டிலை மேஜைமேல் தட்டி உடைத்து, கையில் வைத்துக் கொண்டு சண்டைக்குத் தயாராகிறார்கள்.

கதையின் ஆதார கருத்து, அவர்களின் அபார இளமை, அவ நம்பிக்கை, பரபரப்பு, ரத்தச்சூடு. அவர்களுக்காக அனுதாபப் படும் ஒரே ஒரு விரிவுரையாளராக நஸீருத்தீன் ஷா. மிக அமைதி யாக, மாணவர்களின் அதீத உற்சாகத்துக்கு ஒருவிதமான எதிர் மறையாக நடித்திருக்கிறார்.

ஒரு மாணவனைக் கல்லூரியை விட்டு நீக்கியதிலிருந்து கல்லூரி முதல்வர்களும் நிர்வாகிகளும் கலந்து கொள்ளும் கூட்டத்தில் முட்டையடித்து, கலாட்டா பண்ணி, அப்படி கலாட்டா செய்தவர்கள் யார் யார் என்று ஒரு பெயர்ப்பட்டியல் தருமாறு ஒரு மாணவனை நிர்வாகம் வற்புறுத்தியதில் அவன் சொல்லி விட, அத்தனை பேரையும் நிர்வாகம் கல்லூரியைவிட்டு நீக்க, அந்த மாணவன் அவர்கள் கோபத்துக்குள்ளாகி, அடிபட்டு, புடவை கட்டி அவமானப்படுத்தப்பட்டு, அவமானம் தாங்க முடியாமல் தற்கொலை பண்ணிக்கொண்டு, ஹாஸ்டல் அறை மின்விசிறியில் தூக்கில் தொங்க, மாணவர்கள் கைது செய்யப் பட்டு ஹோலி கொண்டாட்டத்தின் வண்ண உற்சாகங்களுக் கிடையில் போலீஸ் வண்டியில் கொண்டு செல்லப்படுவதுடன் அந்த ஹோலி தினம் முடிவடைகிறது.

டைரக்டர் கேத்தன் மேத்தா இந்தப்படத்தில் சில இடங்களில் தான் தவறியிருக்கிறார். படம் முழுவதிலும் இரண்டு கட்சிகளை யும் சமமாகவே சொல்லியிருக்கிறார். யாருக்கும் பரிந்துரைக் காமல் மிகுந்த மனித நேயத்துடன் இந்த இளம்புயல்களைச் சிறைப்படுத்த முயன்றிருக்கிறார். முன்பு சொன்னது போல காமிரா மிகவும் ஒத்துழைக்க, சங்கீதம் என்பது கொஞ்சம் கூட பம்பாய் கலக்காமல் எப்போது பாட்டு, எப்போது பேச்சு என்று தெரியாமல் இரண்டு பாட்டுக்களை உள்ளே நுழைத்திருக்கிறார்! பாடல்களின் வார்த்தைகளில் மாணவர்களின் விடையிலாக்

கேள்விகள் அத்தனையும் விரிந்து, சில சமயம் கவிதை வடிவம் பெறுகின்றன. ஹீரோ என்று யாரும் இல்லை. சுமார் இருபது மாணவர்கள்தாம். எல்லோரும் இன்ஸ்டிட்யூட் ஆனதால் மாணவர்களே மாணவர்களாக நடிப்பதால் அனாயாசம்.

வருஷங்கள் கழித்தும் இந்தப் படத்தின் காமிரா திறமை பார்த்த எவருக்கும் ஞாபகம் இருக்கும்.

சமீபத்தில் ஆப்கானிஸ்தான் சென்று வந்த என் தம்பி சொன்ன ஒரு சேதி சுவாரஸ்யமாக இருந்தது. அங்கிருக்கும் ப்ரூஹி என்னும் குடியினர் செக்கச் செவேல் என்று வாட்ட சாட்டமாக பட்டான்தனமாக இருந்தாலும், அவர்கள் மொழியில் தமிழ் வார்த்தைகள் பல இருக்கின்றனவாம்.

27

சங்கர் ரமணி

'மெட்ரோப்ளெக்ஸ்' என்றெல்லாம் பெயர் வைத்துக் கொண்டு தமிழ்ச்சங்கம் (அமெரிக்கா டல்லஸில்) இருக்கிறது. தமிழ் மலர் என்று பத்திரிகை நடத்துகிறார்கள். (இது ஒரு MTS வெளியீடு) தமிழ் நாடகம் போடுகிறார்கள். (தஞ்சாவூர் எம்.எல்.ஏ வரதட்சிணை கொடுமை பற்றிய ஹிலேரியஸ் காமெடி எழுதித் தயாரித்து நடித்தவர் அனந்தா) அடிக்கடி சந்தித்துக் கொள்கிறார்கள்.

நான் போயிருந்த மழை தினம் ஹால் நிரம்பி, நின்று கொண்டிருந்தார்கள். 'நாற்காலிகள் போதும், ஆட்கள்தான் அதிகம்' என்று அறுவை ஜோக்குடன் தொடங்கி ஸ்ரீதர் கூட்டத்தை தமாஷாகவே நடத்தினார். அவ்வயம் ரமணி வரவேற்க, நாங்கள் பேசினோம். உதயமூர்த்தி உறுத்தாமல் உபதேசம் செய்தார். கீதா பென்னட் தமிழில் பேசியதே இல்லை என்று நன்றாகவே பேசினார். நான் டல்லஸ் தமிழர்களுக்கு மழைநாள் போதனை தந்தேன். அதன் பின் கேள்வி பதில்.

க்ரீன் கார்டு தமிழர்களுக்கு திரும்ப வரும் ஆசை சிறுகச் சிறுக மறுகிக்கொண்டு வருவதை இம்முறை கண்டேன். காரணம், அவர்கள் பிள்ளைகள் வளர்ந்து விட்டார்கள். பெற்றோருக்கு உள்ள கலாச்சார முரண்பாடு பிள்ளைகளுக்கு இல்லை. அமெரிக்க சூழ்நிலையில் வளர்ந்து, அமெரிக்க இங்கிலீஷ்தான் பேசுகிறார்கள். (பாதி புரியவில்லை) அப்பா, அம்மா போன்று மொத்தம் பத்து வார்த்தை தமிழ் தெரிகிறது. இந்தச் சிறுவர்களும் சிறுமியரும் இந்தியா வந்தால் நிச்சயம் தவிப்பார்கள். பாஷை மட்டும் இல்லை. இவர்கள் வளர்ந்த விதமே வேறு. ஆறு வயசுக் குழந்தை பதினாறு வயசுப் பேச்சு பேசுகிறது. நல்ல வளர்த்தி, ஊட்டம், பெற்றோர்கள் சிறு வயது ஞாபகங்களை மறுபடி பெற அமெரிக்காவில் கட்டியிருக்கும் மீனாட்சி, பிள்ளையார், சீனிவாசர் கோவில்களை வைத்துக் கொண்டு, இந்தப் புதிய தலைமுறை 'தமிழ்' பிள்ளைகள் என்ன செய்யப் போகிறார்கள் என்று யோசிக்கிறேன்.

அண்ணாமலையில் ஜியாலஜி படித்து, தற்செயலாக கனடா வந்து, அலாஸ்காவில் அலைந்து, எண்ணெய்க் கிணறுகளில் இறங்கி முன்னுக்கு வந்திருக்கும் சங்கர் ரமணியை பதினைந்து வருஷ அமெரிக்கா மாற்றிவிடவில்லை. கிரிக்கெட், கர்னாடக சங்கீதம், சைவச் சாப்பாடு, தமிழ்ப் பத்திரிகை, எதையும் துறக்க வில்லை. சங்கர் ரமணி, காரில் ஜெர்மனியுடன் பேசாத சமயம் யேசுதாஸ் கேட்கிறார். அவருடைய லியர் ஜெட் விமானத்தில் பாலமுரளியும் பாம்பே சிஸ்டர்ஸும் ஒலிக்கிறார்கள். இந்திய கிரிக்கெட் அணி அத்தனை பேரும் இவருடைய டல்லஸ் வீட்டில் டேரா போட்டிருக்கிறார்கள். அவர்களை வைத்து அமெரிக்காவில் நான்கு மாட்ச் நடத்தியிருக்கிறார். ராஜீவ் காந்தி இவரை வாஷிங்டன் விருந்துக்கு அழைத்தார். கபில் தேவின் ஆத்ம சிநேகிதர் (இவருக்காகவே கபில், சேலம் வந்து நாலு வீசு வீசி விட்டுப் போனார்.) பல தமிழ்க் குடும்பங்களுக்கு உதவி யிருக்கிறார். இவரிடம் நிதி உதவி கோரி தமிழ் நாட்டிலிருந்து வந்திருக்கும் யோசனைகளை ஒரு தனி டிராயரில் போட்டு வைத்திருக்கிறார். (ஜவ்வரிசி வடாம் திட்டம், சந்திரனில் தங்கம் தோண்டும் திட்டம், இன்னபிற)

சங்கர் ரமணி, டாக்டர் உதயமூர்த்தி போன்று மேல் நாட்டில் வெற்றி பெற்ற தமிழர்களை வைத்துக் கொண்டு ஒரு நிபுணர் குழு அமைத்தால் நரிமணம் போன்ற திட்டங்கள் வெற்றிபெறும்.

28. ஒரு படம் உருவான கதை

1

விக்ரம் படத்தில் எனக்குக் கிடைத்த அனுபவங்கள் அதன் வியாபார நோக்கங்களை மீறியவை.

கமலஹாசனை எனக்குச் சுமார் பத்து வருஷங்களாகத் தெரியும். அவ்வப்போது சந்திக்கும் போது புத்தகங்கள், சினிமா இன்னபிற விஷயங்களைப் பற்றித் தொடர்ந்து பேசிக்கொண்டிருப்போம். இருவரும் இணைந்து படம் எடுப்பதைப் பற்றிப் பேசியதே இல்லை. 'ராஜ பார்வை'க்குப்பின் சொந்தப்படம் எடுப்பதில் கமல் மிகவும் தயங்கினார். ஆனால் அவர் ரத்தத்தில் இருக்கும் பரிசோதனை ஆசை அவரை அதிக நாள் சும்மா இருக்க விடவில்லை. ஒரு நாள் எனக்குச் சொல்லி அனுப்பினார்.

'இன்னொரு சொந்தப் படம் எடுக்கத் தீர்மானிச்சுட்டேன். எங்க அண்ணா எல்லாம் திட்றாங்க. பரவாயில்லை.'

'என்ன மாதிரிப் படம்?'

‘இன்னொரு ‘ராஜபார்வை’ இல்லை. அதைமட்டும் சொல்வேன்’ என்று டைரக்டர் ராஜசேகரை அறிமுகப்படுத்தி வைத்தார். அவர் ‘காக்கி சட்டையின்’ சமீப வெற்றியில் பிரகாசமாக இருந்தார். கமலின் எல்டாம்ஸ் ரோடு வீட்டில் பாய் போட்டுத் தரையில் உட்கார்ந்து கொண்டு கதை பண்ண ஆரம்பித்தோம்.

‘கமல்! ஏரோப்ளேன்லேர்ந்து விழ முடியுமா?’ என்றேன்.

‘விழுந்தாப் போச்சு.’

‘அண்டர் வாட்டர் கடலுக்கடியில புத்தம் புதுசா ஒரு கார் தொபால்னு விழணும். முடியுமா?’

‘சொல்லுங்க.’

‘ஒரு ராக்கெட்? கம்ப்யூட்டர்?...’

‘ஸார் நாம தமிழில்தான் படம் எடுக்கறோம்.’ என்றார் ராஜசேகர்.

‘ஆமாம். தமிழ்தான் ஸார்!’

‘இல்லை, கேட்டு வெச்சுக்கிட்டேன். ஒரு மாதிரி சந்தேகமாக இருந்தது.’

‘அம்ஜத்கான் வரேன்னிருக்கார். டிம்பிள் கப்பாடியாவும் சொன்னா வருவாங்க.’ என்றார் கமல்.

‘இந்திலே எடுக்கறமா?’

‘கமல்! அனிமேஷன் முடியுமா?’

‘இத பாருங்க எடுக்கறமோ எடுக்கலையோ, நீங்க பாட்டுக்கு உங்களுக்குத் தோன்றதை எல்லாம் சொல்லிக்கிட்டே வாங்க, எதெது முடியும் முடியாதுங்கறதை அப்புறம் யோசிக்கலாம்! சொல்றதுக்குச் செலவாகாதில்லை? இப்ப எந்த ஒரு கட்டுப் பாடும் வேண்டாம். நானும் சொல்றேன்.’

இந்த லைசென்ஸ் கிடைத்ததும் மூன்று பேரும் சேர்ந்து கொண்டு கச்சா முச்சா என்று கதை சொல்ல ஆரம்பித்தோம். கமலும் ராஜசேகரும் காக்கிச் சட்டைக்காகக் கொச்சி போயிருந்தபோது அங்கே உப்பங்கழிகளில் ‘சைனீஸ் நெட்’ என்று சொல்லப்படும் பிரம்மாண்டமான மீன்பிடிவலைகளைப் பார்த்திருக்கிறார்கள்.

‘வலையைத் தூக்கறாங்க ஸார். ஒரு பெண்ணோட உடல் வெளியே வருது...’

இப்படி அபசகுனமாக ஆரம்பித்த கதை நாங்கள் பேசப் பேச ரூபம் மாறிக்கொண்டு வந்தது. நாங்கள் பார்த்த வீடியோக்கள், ரசித்த காட்சிகள், சொந்தக் கற்பனைகள், உள்மன உறுத்தல்கள் எல்லாம் வெளிச்சத்துக்கு வந்தன.

‘கமல்! எனக்கு மாருதி கார் சிங்கப்பூர் ஜெட்டிலிருந்து வில்லா வளைஞ்சு கடலுக்குள்ளே ‘ஸ்லோ மோஷன்’லே விழுந்தாகணுமே!’ (சிங்கப்பூருக்கு எழுதி அதற்கு எஸ்டிமேட் வரவழைத்த டெலக்ஸை சத்தியமாகப் பார்த்தேன்.)

ஒரு வினோதமான கூட்டணி அது!

கமல் கதை எழுதுவார். (கொஞ்சம் சம்ஸ்க்ருதம் நனைந்த கவிதைகள் எழுதுவார் என்பது தெரியுமோ?) ஆனால் கமல் கதை சொன்னால் கால் மணிக் கதையில் நான்கைந்து பேராவது உத்தரவாதமாகச் செத்துப்போவார்கள். ராஜசேகர் சொல்லும் கதைகள் நிமிஷத்துக்கு நிமிஷம் நிறம் மாறும். ‘இப்படி வெச்சுக்கலாம் ஸார். இவங்க ரெண்டு பேரும் போறாங்க. இல்லையா? ஒரு தியேட்டருக்குள்ள நுழையறாங்க ஸார்... இல்லை ஸார் வேண்டாம் ஸார்! தியேட்டருக்குள்ள நுழையறதில்லை. உடைச்சுக்கிட்டு மோட்டார் சைக்கிள்ல போறாங்க ஸார்... எப்படிங்கறதை அப்புறம் கவனிக்கலாம்...’

இடையில் என் குழப்பம் வேறே. ராக்கெட், கம்ப்யூட்டர் என்று தமாஷாகவே இருந்தது கதை. எங்கெங்கோ பறந்தது. திடீர் என்று சிங்கப்பூரிலிருந்து பம்பாய் தாராவி பகுதிக்கு ஓடிவந்து அங்கே கஜல் பாடியது. (ஜகஜித் சித்ரா சிங்) அங்கிருந்து மாட்ஜலண்டு, ஜெய் ஸால்மீர், குதுரேமுக், கொச்சி என்று உட்கார இடமில்லாமல் கதை அலைந்தது. இடையே ராக்கெட் புறப்பட்டுக் கடத்தப்பட்டது!

இந்தக் கதை சொல்லும் கட்டம் ஒரு சினிமாவுக்கு ரொம்ப முக்கியம். ஆரம்பத்தில் ஏராளமான ஆசைகள் இருப்பது நலம். எது எடுக்க முடியும், எது சாத்தியமில்லை என்று கொஞ்சம் கொஞ்சமாகச் சீவப்பட்டுக் கதை ஒரு மாதிரி ஷேப்புக்கு வருவதற்கு முன் முக்கியமாகத் தீர்மானிக்க வேண்டிய கதை என்ன Genre, என்ன ஜாதி என்று தீர்மானிப்பது நலம்.

நாங்கள் தீர்மானித்தது, கொஞ்சம் ஸ்பீல்பர்க், கொஞ்சம் பாண்ட்! இதைப் பற்றி நாங்கள் வெட்கமோ தயக்கமோ படவில்லை. இலக்கிய பிரயத்தனங்களோ அல்லது ஆர்ட் பாசாங்குகளோ இல்லாததால் இந்தக் கதை பண்ணும் கட்டம் எனக்கு சுவாரஸ்யமாக இருந்தது.

ஆரம்பத்தில் லைன் ஆர்டரை ஒரு 'மாதிரி' பாருங்கள்.

As Quick titles are shown, breathtaking Kerala landscapes - A boat in the back waters... Noise of engines...

இறுதியில் தீர்மானித்த 'லைன் ஆர்டருக்கும்' இதற்கும் சுமார் மூன்று மாத தூரம்! இறுதியில் தீர்மானித்ததுக்கும் இதற்கும் ஸ்நானப்ராப்தி கூட இல்லை... அது வேறு... இது வேறு...

நான், கமல், ராஜசேகர் மூவரும் ஒரே கதையைப் பற்றிப் பேச ஆரம்பிக்கவே மூன்று மாதம் ஆயிற்று.

சினிமாவுக்கு இந்தப் பயிற்சி தேவைதான் என்று தோன்றுகிறது. மூவரும் ஒரே கதையைப் பற்றிப்பேச ஆரம்பித்ததும் நான் விலகி வந்து எழுத ஆரம்பித்தேன். அவர்கள் எடுக்க ஆரம்பித்தார்கள். வாசகர்கள் படிக்க ஆரம்பித்தார்கள்.

திரைப்படம் எடுப்பது ஒரு பரிபூர்ணக் கூட்டு முயற்சி. கடைசியில் டைரக்டர் பேரில் பழியோ புகழோ வந்தாலும் இக் காலத்தில் 'ஆட்டியர்' சித்தாந்தத்தை யாரும் சொல்வதில்லை. (Auteur theory என்பது ப்ரெஞ்சு டைரக்டர்களான ட்ரூஃபா கோடார்டு போன்றவர்கள் ஒரு படத்துக்கு டைரக்டர்தான் சிருஷ்டிகர்த்தா, அவர்தான் எல்லாம் என்று சொன்னது. இதை ஹாலிவுட்காரர்கள் ஒத்துக்கொள்வதில்லை). ஒத்துழைப்புக்கு உத்தமமான சவால், திரைப்படம்தான். கதை முக்கியம்தான். ஆனால் கதை மட்டும் முக்கியமில்லை. கதையோடு போட்டி போட்டுக் கொண்டு எத்தனையோ உபரி சமாசாரங்கள் உள்ளன. உதாரணம் 'விக்ரம்' கதையில் நான் எழுதிய முதல் வரி.

2

கதையில் இருந்த வரி:

'இந்தக் கதைக்கு ஆதாரமான, மிக ஆதாரமான சம்பவம் ஒரு செப்டம்பர் மாத மழை நாளில் சென்னை செஷன்ஸ் கோர்ட்டில் ஒரு பிற்பகலில் நடந்தது.'

இதைப் படமாக எடுத்தது சென்னை மியூஸியம் தியேட்டர் முன்னால் மழையற்ற, வெயில் பட்டை உரியும் நடுப்பகலில். கமல், 'மழை இருந்தா நல்லா இருக்கும்.' என்று சொல்லிவிட, மழை உண்டாக்கப்பட்டது. ராட்சஸ விசிறிகள். தண்ணீர் லாரிகள். புயல்காற்று. (ஸர்க்குலேட்டர் உபயத்துடன்.)

ராஜசேகர், 'ஏன் ஸார் மழை பேஞ்சா என்ன, பேயாட்டி என்ன? நீங்க பாட்டுக்கு செப்டெம்பர் மாத மழை நாள்னு எழுதிர்றிங்க. தாவு தீர்றது பாருங்க.' என்று சிரித்தார். அதுபோலப் பாதுகாப்பு மந்திரிசபை போர்டின் மேல் ஒரு பறவை உட்கார்ந்திருந்தது என்று எழுதியிருந்தேன். இதை எடுத்தது குதுரேமுக் பாக்டரியில் அருகில். அங்கே புறா வராது என்று சென்னையிலிருந்தே இரண்டு புறா, ஒரு புறாக்காரர் எடுத்து வந்திருந்தார்கள். அதிகாலை புறா வின் காலில் கயிறு கட்டப்பட்டு அதை போர்டின் மேல் உட்கார வைத்து, கிரேனில் காமெரா காத்திருக்க, அது புது இடத்தில் பாஷை புரியாததால் காமெரா பக்கமே திரும்ப மாட்டேன் என்று அடம்பிடித்தது. தானியம் லஞ்சம் கொடுத்துப் பயனில்லை. தொண்டைக்குள் க்கும் பக்கும் என்று சொல்லியும் ம்ஹூம். அது ஒரு மணிக்குப் பின்தான் காமெரா பக்கமே திரும்பியது. அப்போது டைரக்டர், 'யோவ்! புறா அழுக்காயிருச்சு, சுத்தம் பண்ணிக் கொண்டுவாய்யா.' என்று சொல்ல யாரோ ஒருவர் அவசரப்பட்டு அதைத் தண்ணீரில் முக்கிவிட, புறா குளிரில் ஒரு டேபிள் டென்னிஸ் பந்து அளவுக்குச் சுருங்கிவிட்டது. இரண்டாவது புறாவைப் பார்க்கலாம் என்றால் அது பறந்து பதறியது. கடைசியில் ஸீனியர் புறாவை ஹேர் டிரையர் போட்டு சூடு பண்ணி, மறுபடி புஸு புஸுவாக்கிக் கொண்டு வந்தார்கள்.

ஒரு வரியைப் படம் பிடிக்க ஒரு மணி நேரம்! கமல் வந்து, 'என்ன திருப்திதானே?' என்றார்.

சற்றுத் தள்ளிப்போய் நின்று, 'குமுதத்தில் கருங்குருவின்னு எழுதியிருந்ததா ஞாபகம்' என்றேன்.

ஆரம்பத்திலிருந்தே கமல் செலவைப் பற்றிக் கவலைப்படப் போவதில்லை என்பது நியான் எழுத்துக்களில் தெரிந்தது. ஜப்பான் போயிருந்தபோது படத்துக்காகவென்றே ஒரு ஆப்பிள் கம்ப் யூட்டர் வாங்கி வந்தார். நிஜம் போலத் துப்பாக்கிகள், வாட்சுக்குள் ரோபாட் மனிதன், வாக்கி டாக்கி, எட்டிஸ்டோன் கம்யூனிகேஷன் ரிஸீவர், பறக்கும் டேபிள் மாடல் ஹெலிகாப்டர். ராக்கெட்டைப்

பற்றிச் சென்னையில் உள்ள அத்தனை புத்தகங்களையும் வாங்கி வைத்திருந்தார். ஏழெட்டு ஸ்கெட்ச் போட்டு அக்னிபுத்திரனை நிஜம் போலவே உண்டாக்க ஒரு கோஷ்டி இராப்பகலாகத் தட்டிக் கொட்டிக்கொண்டிருந்தது. ஒரு இன்ஜினியர், வாழ்க்கை சைஸில் தத்ரூபமாக ஒரு ஏரோப்ளேன் செய்து, அதன் மூக்கில் இருந்த ப்ரொபெல்லர் கற்ற, அசந்து மறந்தால் படக்கென்று பறந்து போய் விடும்போல ஏவி.எம்.ஸ்டூடியோவில் இருக்கிறது.

'இவ்வளவு செலவழிக்கிறீங்களே. எனக்கு லேசா ஜுரம் வராமாதிரி இருக்கு கமல்.'

'இத்தனை 'ரிச்' சா பண்ணாத்தான் இந்தக் கதை தேறும். இல்லைன்னா படுத்துரும். இப்பவே நான் மாருதி கேட்டா இவங்க 'டால்பின்' தான் தராங்க. இன்னும் காம்ப்ரமைஸ் பண்ண வேண்டாம்! டிஸ்ட்ரிப்யூட்டர்ங்க கொடுக்கற காசை முழுக்கப் படத்தில செலவழிச்சுரப் போறேன். எனக்கு ஒரு ரூபா லாபம் போதும். நீங்க பயப்படாதீங்க.'

குதுரேமுக்கில் படப்பிடிப்பு. ஒரு தடவை போய்ப் பார்த்த போது பயமாகத்தான் இருந்தது. ராக்கெட்டைச் சென்னையிலிருந்து அங்கே கொண்டு போவதற்கு வழிச் செலவே 25 ஆயிரம். போதாக்குறைக்கு லாரி நிறையக் குதிரைகள் கடத்தப்பட்டு, 150 பேர் மலையடிவாரத்தில் பெஞ்சு போட்டு, பேட்ச் பேட்சாகச் சாப்பிட்டுக் கொண்டிருந்தார்கள். 'ஏம்பா மீன் வறுவல் இருக்குதா?' - பெங்களூரிலிருந்து பென்ஸ் கார். பம்பாயிலிருந்து அம்ஜத்கான், டிம்பிள், சென்னையிலிருந்து சத்யராஜ், டைரக்டர், கமல் என்று வட்டாரம் பூரா 'விக்ரம்'தான். கமலின் செகரட்ரி டி.என். சுப்ரமண்யம் (டி.என்.எஸ்.) என்னை ஒரு மாதிரி பார்த்து, 'அவங்கவங்க குடும்பப் படம், காதல், குழந்தை, பாசம்னு எடுத்துக்கிட்டிருக்காங்க. நமக்கு மட்டும் எதுக்கு ஸார் ராக்கெட்டு, குதிரை, ஏரோப்ளேன் எல்லாம்?'

டி.என்.எஸ். அனுபவமுள்ள, நிதானமுள்ள ஏறக்குறைய தகப்பன் ஸ்தானத்தில் இருந்த செகரட்டரி. ஆற்றில் கொட்டினாலும் அளந்துதான் கொட்டுவார். ராத்திரி என்ன மணியானாலும் ஒரு பாட்டம் அன்றைய தினக் கணக்கைப் பார்த்துவிட்டுத்தான் தூங்குவார். யாருக்கு பிளேன் டிக்கெட், யாருக்கு டிரஸ் மெட்டீரியல், யாருக்கு ஷிவாஸ் ரீகல் போன்ற விவரங்கள் எல்லாம் கால் சதுர அங்குலக் காகிதத்தில் எழுதி வைத்திருப்பார் (மற்றவை நெற்றிக்குள்.)

சினிமா என்றால் செலவு என்பதுதான் அகராதி அர்த்தம். ஒரு நாளைக்கு ஒரு லட்சம் கூடச் செலவாகிறது. ‘விக்ரம்’ ஒருவாறு திட்டமிட்டு எடுத்த படம். திரைக்கதையைத் தீர்மானிக்காமல் ஒரு அடி எடுக்கவில்லை. இருந்தும் எத்தனை விரயம்!

ஒரு அக்ரிலிக் ஷீட் வாங்க டாக்ஸி பிடித்து 110 கிலோ மீட்டர் மங்களூர் போய் வாங்கி வருவார்கள். இதற்குள் ஆர்ட் டைரக்டர் அக்ரிலிக் ஷீட் வேண்டாம் என்பார்.

இளையராஜா போட்ட முழுப்பாட்டு, ரிக்கார்டிங் எல்லாம் ஆகி, அதன்பின் ராஜாவுக்கே பிடிக்கவில்லையென்று நிராகரித்து விட்டார்கள். அதே போல லிஸ்ஸியை வைத்து எடுத்த சித்திரவதை ஸீனையெல்லாம் கமல் ஒரே வெட்டில் சர்ஜரி பண்ணிவிட்டார். (மற்றொரு சித்திரவதை சீனுக்கு மிக அருகே இருந்ததால்.)

லிஸ்ஸி அல்லது ப்ரீத்தியைக் கமல் தேர்ந்தெடுத்தது மூவியோலா வில். மூவியோலா என்பது கையகல சினிமா காட்டும் எடிட்டிங் இயந்திரம். நதியா மொய்து என்கிற பெண்ணைப் போடலாம் என்று ஒரு மலையாளப் படத்தைக் கமலும் டைரக்டரும் பார்த்துக் கொண்டிருக்க, நதியாவின் கால்ஷீட் கிடைக்காது என்று தெரிந்தது. நதியாவுக்கு அருகே அவர் தோழியாக நடித்துக் கொண்டிருந்த லிஸ்ஸியைப் பார்த்த கமல், ‘ஸார், இந்தப் பொண்ணு யாருன்னு விசாரியுங்க. இது போதும்.’ என்றார்.

3

கேரளத்திலிருந்து ஏதோ எக்ஸ்பிரஸ் பிடித்து உடனே வந்த இந்தப் பெண்ணை நேரில் பார்த்தபோது, இன்னும் கொஞ்சம் புஷ்டியாக இருக்கலாமே, தமிழ் சினிமாவுக்குத் தோதுபடாதே என்கிற யோசனைகள் இயக்குநர், தயாரிப்பாளர் இருவர் புருவத்திலும் இருந்தாலும் கூப்பிட்ட குரலுக்குக் கொல்லத் திலிருந்து ஓடிவந்த இந்தப்பெண் ஒரு சரியான தேர்வுதான். கால்ஷீட்டைப் பொறுத்த வரையில் சிக்கலே இல்லை. ஏரோ ப்ளேன், ஒட்டகம் என்று சளைக்காமல் ஏறி, ராஜஸ்தான் பாலை வனங்களில் அலைந்து, கமலுடன் பாரசூட்டில் தொங்கி முழு வதும் ஒத்துழைத்த லிஸ்ஸி ஜார்ஜுக்கு பெஸ்ட் ஆஃப் லக்!

அம்ஜத்கான் ‘ஷோலே’ காலத்தில் பெருக்க ஆரம்பித்தவர் நாளதுவரை நிறுத்தவில்லை. ஒரு கார் விபத்துக்குப் பின் ரொம்ப குண்டாகி விட்டார் என்று சொன்னார்கள். அறையில் ஒரு

கட்டிலில் குப்புறப் படுத்திருந்தவர் எங்களைக் கண்டதும் நிமிர்ந்து புரண்டபோது பயமாகவே இருந்து.

ஆனால் அச்சமெல்லாம் அம்ஜத் பேசத் தொடங்கியதும் கலைந்து போயிற்று. முதல் வசீகரம் அவர் குரல். அதிலிருக்கும் ‘பேஸ்’. அடுத்து, அவருடைய தியேட்டர் அறிவு. ஷேக்ஸ் பியரின் மேக்பெத்தை ஒரு ரஷ்ய நடிகர் நடிக்கும்போது நாடகத் தில் மேக்பெத்தின் அவலங்கள் அதிகரிக்க, அதிகரிக்க, நாடகப் போக்கில் நடிகனின் கண்கள் எப்படி விரியும் என்று நடித்தும் காட்டினார். ‘விக்ர’மில் அவர் சலாமியா மன்னர் பாத்திரத்தை உடனே புரிந்து கொண்டு ‘புஷ்து’ மொழியைத் தன்னிச்சையாக உருவாக்கித் தமாஷாகவே நடித்தார்.

மற்றொரு தமாஷ், டிம்பிள் கப்பாடியாவை நம் நிருபர்கள் பேட்டி கண்ட விதம்.

இடம், மாமல்லபுரத்தில் படப்பிடிப்பின்போது. நிருபர் படு தமிழ். டிம்பிள் படு இங்கிலீஷ். மொழிபெயர்ப்பு அடியேன். ரத்த ரோஜா நிறத்தில் உடையும் நிஜ ரோஜா நிற உடலும் பச்சைக் கண்களுமாக டிம்பிள் எங்கள் கூட்டத்தின் மத்தியில் தவித்தார்.

நிருபர்: ‘ஏம்மா டிம்ப்பிள், மூணு பிள்ளை பெத்தப்பறம் இந்த வயசில நடிக்க வந்திருக்கியே, சின்னக் குட்டிங்கள்ளாம் இருக் கையில உனக்கேன் இந்த ஆசை?’

(சிரிப்பு)

டிம்பிள் : வாட் ஹி ஸேயிங்?

நான் : யூ ஸீ இட்ஸ் லைக்திஸ். ஹி இஸ் ஆஸ்கிங் யூ டூ யூ ஃபீல் கான்ஃபிடண்ட் எகன்ஸ்ட் யங்க் ஆக்ட்ரஸஸ்?’

டிம்பிள்: ஓயா! ஐ கன் டேக் த ஹோல் லாட் ஆஃப் தெம்.

நிருபர்: (பதிலுக்குக் காத்திராமல்) ‘ஏம்மா ட்டிம்ப்பிள், எங்க தமிழ்நாட்டுப்பிள்ளை கமலஹாசனைப் பத்தி என்ன நெனைக்கிறே?

சத்யராஜுக்கும் எனக்கும் சில ஒற்றுமைகள் இருப்பதை பங்களூர் மங்களூர் ஃப்ளைட்டில் கண்டுபிடித்தோம். இயற் பெயரும் உயரமும்!

'எப்டி ஸார் நான் போய் சக்ஸஸ் ஆனன்னு எனக்கே தெரியலை. ஸார், இப்பகூட எனக்காக ரசிகர் மன்றங்கள். நான் என்ன சொன்னாலும் ரசிக்கிறாங்கன்னா ஆச்சரியமா இருக்குது. எல்லாம் எத்தனை நாளைக்கு? எப்ப வரைக்கும்?'

'காலைல எழுந்து உடனே தந்தி பேப்பரை எடுத்து அப்படி ஒரு கிளான்ஸ் பார்ப்பேன். ஸார், முன்னெல்லாம் உங்க புக்குங்கள்ளாம் படிச்சுக்கிட்டு இருந்தேன். இப்ப சினிமா விளம்பரங்கள் மட்டும்தான் பார்க்கறேன். அதும் எம்பேர் வந்தா பார்க்கறேன். அதும் எம்பேர் மத்தவன் பேரைவிட பெரிசா வந்திருக்கா, சின்னதா வந்திருக்கான்னு பார்க்கறேன்! மவுண்ட்ரோடு போனா ரவுண்டானாவுல போஸ்டர்ல என்னை எவ்வளவு உசரத்துக்குப் போட்டிருக்கான்னு பார்க்கத் தோணுது...'

சத்யராஜுக்குத் தன்னுடைய வெற்றியைப் பற்றிய ஆணவமற்ற ஆர்வம் இருக்கிறது. தன்னை முழுமையாக விமரிசித்துக் கொள்ளும் மனமிருக்கிறது. ஒரு குழந்தையைப் போல எந்த விதமான இறுமாப்பும் இன்றி, தன்னையே அன்னியப்படுத்தி, விமரிசனம் செய்யும் திறமை இருக்கிறது. அபரிமிதமான நகைச்சுவை உணர்ச்சி இருக்கிறது. மற்ற நடிகர்கள் அத்தனை பேரையும் நடித்துக் காட்டுகிறார். (கமல் மற்ற டைரக்டர்களை நடித்துக் காட்டுகிறார்.)

சத்யராஜின் நகைச்சுவை உணர்ச்சி அவரை ஒப்பேற்றிவிடும். அம்ஜத்கான் போல அவர் குரலில் ஒரு வசீகரம் இருக்கிறது. அதனுடன், வசன உச்சரிப்பில் ஒருவிதமான அலட்சியமும் இருக்கிறது. ஆனால் அவருக்கு நான் சொன்ன அறிவுரை, 'ஒரே மாதிரி நடிப்பில் மாட்டிக்கொள்ளாதீர்கள்.'

4

விக்ரம் எந்த மாதிரி படம் என்பது பற்றிப் பல பேருக்குச் சந்தேகம். 'என்ன ஸார், ராக்கெட்டு, கம்ப்யூட்டர் எல்லாம் ஜனங்களுக்குப் புரியுமா?'

'ஸார், இது வெறும் 'அம்புலிமாமா' கதைதான். ஒரு ராக்கெட் காணாமப் போறது. அதைப் போய் விக்ரம் மீட்டுக்கிட்டு வரான். அவ்வளவுதான். முன்னெல்லாம் அசுரனோட உசிர் நிலையை ஏழு கடல் கடந்து போய் ஒரு புறாவைப் புடிச்சு அமுக்குவாங்க.

இப்ப அதையே கம்ப்யூட்டர் ராக்கெட்டுன்னு காட்டறோம். ஆதாரமான கதை ஒண்ணுதான்!'

இருந்தாலும் இந்தக் கதை சட்டென்று பாதிக்கதையில் ஸலாமியா தேசத்துக்கு மாறும் போது ராஜா ராணிக் கதையாகிறது. இந்தி நடிகர்களை வைத்துக் கொண்டு தமிழ் பேசும் பிரச்சினையைத் தீர்க்க, இது ஒன்றுதான் வழியாகப்பட்டது.

இவர்கள் பேசும் காரே முரே பாஷையைத் தமிழில் மொழி பெயர்க்க ஒரு 'துபாஷ்' கேரக்டர் வேண்டியிருந்தது. எதேச்சை யாக உருவாகிய இந்தப் பாத்திரம், ஜனகராஜின் பெண்மை மிளிரும் நடிப்பினால் மெருகூட்டப்பட்டு, சற்றுத் தமாஷாகவே அமைந்துவிட்டது. அதே போல ஓரிரு காட்சிகளில் தோன்றிய மனோரமாவும் தன் பாத்திரத்தைச் சிறப்பாகச் செய்திருப்பதை 'ரஷ்'ஷில் பார்த்தேன்.

இதில் ஒருவிதமான நீதி இருக்கிறது. தமிழ்ச் சினிமாவில் திறமைக்குக் குறைவே இல்லை. சின்னச் சின்னப் பாகங்களில் கூடக் கூர்மையான, தீட்டப்பட்ட திறமையைப் பார்க்கிறேன். ராப்பகலாக உழைக்கிறார்கள். லாஜிக், லாஜிக் என்று அலை கிறார்கள். பாட்டு பண்ணுகிறார்கள். வரிவரியாக இசையமைக் கிறார்கள். நனைய நனைய பிலிம் கழுவி, போட்டுப் போட்டுப் பார்த்து, ஓட்டிப் பார்த்து, எடிட்டிங் மேசையில் வெட்டி ஒட்ட வைத்து, ரீல் ரீலாக அது முன்னேற, அதன் பேச்சற்ற - பேச்சுள்ள பல்வேறு வடிவங்களை ஆராய்ந்து, மீண்டும் சிந்தித்து எத்தனை சிரமப்படுகிறார்கள். சினிமாவில் எங்கு நோக்கினாலும் பதற்றமான திறமை இருப்பதைப் பார்க்கிறேன். ஆனால் அவர்கள் அத்தனைத் திறமையை வைத்துக் கொண்டு உண்டாக்கும் படங்கள்தான் சோடையாக இருக்கின்றன. விக்ரம் பொறுத்தவரை அதையும் நான் கிரேட் மூவி என்று சொல்ல மாட்டேன். எல்லாத் தமிழ் சினிமாவுக்கும் தேவையான அத்தனை அம்சங்களையும் கொடுக்க வேண்டும். கொடுக்கும் போது, கொஞ்சம் கொஞ்சம் புத்திசாலித்தனமாக என்று கூட இல்லை வேறுவிதமாகக் கொடுத்துப் பார்க்கலாமே என்றுதான் முயற்சி.

உதாரணம்: கமல் டான்ஸ் ஆடவில்லை என்றால் டிஸ்ட்ரி ப்யூட்டர்கள் பையைத் திறக்க மாட்டார்கள் என்றார்கள். கமலின் விக்ரம் காரெக்டர் ஒருவிதமான ஜேம்ஸ்பாண்டும் இண்டியானா

ஜோன்ஸூம் கலந்த பாத்திரம். அவனுக்கு எங்கே நேரமிருக்கும் பாடவும்? ஆடவும்? எனவே படத்தின் டைட்டிலிலேயே கமல் ஒரு டான்ஸ் ஒருவிதமான நிழற்படத்தில் இருப்பது போல் பாடி ஆடிவிடுவது என்று தீர்மானித்தோம். விக்ரம் என்று கமல் பாடிய பாட்டுக்கு இவர் ஆடிய ஆட்டம், 'என்னங்க எல்லாமே இருட்டா இருக்குது... கமல் ரசிகர்கள் விரும்புவார்களா ஸார்' என்று சொன்னவர், முழு நடனத்தையும் பார்த்ததும் அவரே திருப்திப் பட்டுவிட்டார்.

அந்தப் பாட்டு கமல் பாடியது மற்றொரு நவீன விஞ்ஞானச் சாதனை. ஸின்தஸைஸர் தாளம் எல்லாமே ஓரிரு வாத்தியங்கள் பாடியது. இரண்டே குரல் (கமல், ஜானகி) இருந்தும் பெரிய கோரஸ் போலவும் எதிரொலி போலவும் பற்பல வாத்தியங்கள் இருப்பது போலவும் ஒரு உணர்வை ராஜா உண்டாக்கிவிட்டார்.

விக்ரம் படத்தில் கம்ப்யூட்டர் இன்ன பிற கருவிகளும் நிறையவே பயன்படுத்தப்பட்டன. ஐஐடி மாணவர் ஒருவர் 'அனிமேஷன்' அமைத்தார். ஐ.பி.எம் பிஸி எனப்படும் கம்ப்யூட்டரில் கமலின் படத்தை அவர் நண்பர் ரவி வரைந்தார்.

5

விக்ரமில் மசாலா அம்சங்கள் அனைத்தும் அமைத்தோம். கதா நாயகியைப் பாம்பு கடிக்கிறது. கதாநாயகன் விஷம் உறிஞ்சிக் காப்பாற்றும் பழைய எம்.ஜி.ஆர். வேலைகள் உள்ளன. 'சேஸ்' இருக்கிறது. மைலாப்பூர் மாடி வீடுகளில் குதித்து, குதித்து, ஓடுகிறார்கள். வில்லன், மூன்று கதாநாயகிகள், காமெடி, நான்கு பாட்டு என்று எல்லையிலா அம்சங்கள் உள்ளன. இருந்தாலும் இது தமிழ்ப் படம் பார்க்கிறார்போல் இல்லையே என்று நிச்சயம் பேச்சு வரும். இந்த அம்சங்களையெல்லாம் ஒரு மாதிரி நைசாக வாழைப்பழத்தில் ஊசி ஏற்றுகிறார் போல் கொடுத்துவிட்டோம்.

இன்றுவரை யாருக்கும் இந்தத் துறையில் பதில் தெரியாத கேள்வி, 'வெற்றிப்படம் என்பது என்ன?'. அந்தத் தங்கவிதி யாருக்குமே தெரியாது. தங்கவிதி என்ன வென்றால், அப்படி ஒரு விதி கிடையாது என்பதே. மக்களின் ரசனை என்பது எப்படி எதில் விழுகிறது என்று யாருக்குமே தெரியவில்லை. படம் வந்து முடிந்து பிற்பாடு பின்னோக்கில் அது ஏன் வெற்றி பெற்றது அல்லது தோல்வி அடைந்தது என்று தீர அலசுகிறார் கள். சரியாகக் காரணம் சொல்கிறார்கள்.

படம் ரிலீஸ் ஆவதற்கு முன் யாருமே இதுபற்றி மூச்சுவிடுவ தில்லை. இந்திய சினிமா என்னும் 400 கோடி மூலதனத் தொழிலில் முழுவதும் இந்த நிச்சயமின்மை விரவி இருக்கிறது. பொக்காடியா என்கிறவர் 'ப்யார் ஜுக்தா நஹி' என்று ஒரு படம் எடுத்தார். அதை விற்பதற்கு ரொம்பக் கஷ்டப்பட்டு, இருக்கிற சொத்தையெல்லாம் விற்றுச் சொந்தமாக ரிலீஸ் பண்ணினார். படம் ஹிந்தியில் ஒரு கோடி ரூபாய் பண்ணியதாம். பொக்காடியாவின் கதையை வாங்கி, த்வாரகீஷ், கன்னடத்தில் 'நீ பாரெத காம்பரி' என்று எடுத்தார். இதுவும் நன்றாகப் போய்க் கன்னடப் படத்துக்கு நிறைய வசூலித்தது. இவ்வளவு உத்திர வாதமான ஸப்ஜெக்டை ரஜினி, ஸ்ரீதேவி இருவரையும் வைத்துத் தமிழில் எடுக்கப் போவதாக அறிவித்தார்.

அறிவித்த தினமே படம் ஒரு கோடிக்கு மேல் விற்கப்பட்டு விட்டதாம். நன்றாகச் செலவழித்து எடுத்த படம், சமீபத்தில் ரிலீசாகி, 'தமிழில் சரியாகப் போகலை சார், எல்லாரையும் கடிச்சிடுச்சு'. ஏன்? தெரியாது. சினிமாஸ்கோப் 70மி.மி. இந்தி, தெலுங்கு ஜிதேந்திரா, ஜெயப்ரதா என்று ஏராளமான பணச் செலவில் எடுக்கப்பட்ட 'சிம்மாசனம்' என்கிற படத்தைவிட, கமலை ஒரு கிராமத்து முட்டாளாகப் போட்டு எளிமையாக கே. விஸ்வநாத் எடுத்த படம் நன்றாகப் போகிறது. எனவே எது படுத்துக்கொள்ளும் என்று யாருமே சொல்வதில்லை.

அந்த விதத்தில் விக்ரமின் ரஷ்ஷைப் பார்த்தபோது சுவாரஸ்ய மாகத்தான் இருக்கிறது. இருந்தாலும் விக்ரம் ஓடுமா ஓடாதா என்பது பற்றி, அது ரிலீசான அடுத்த செவ்வாய்கிழமை ராமநாத புரம் ரிப்போர்ட் வந்தபின் நான் சொல்ல முடியும்!

இதையெல்லாம் விட விக்ரமின் பின்னணி சமாச்சாரங்கள்கூட சில சொல்லக்கூடியது, சில சொல்லக் கூடாதது. இந்தப் பின்னணி சமாச்சாரங்களில் இருக்கும் மனித நேயங்களும் பரிவும் பண்பும் பொறாமையும் விரோதமும் பெயரில்லாத திறமைகளும் எத்தனை!

இளையராஜாவின் நாற்பதாவது வயலினிஸ்ட் எடிட்டிங் ரூமில் ஒரு துடிப்பான இளைஞன்; ராப்பகலாக செட் போடும் புதுக் கவிதை எழுதும் ஜப்பான் என்னும் அல்பைனோ; கடும் ஜுரத்தில் மாத்திரை விழுங்கிவிட்டு செட்டுக்கு வந்து வெடி மருந்து வைக்கும் ஏக்நாத்; 'கட் இட்' பேன்ச்...! என்று திருப்தி

தரும் காட்சியில் தன்னை மறந்துத் திட்டிக்கொள்ளும் பப்பு வர்மா; நூற்றைம்பது அடி உயரத்திலிருந்து கிரேனிலிருந்து தொங்கிக்கொண்டே படம் பிடிக்கும் ரங்கா; ராவோடு ராவாக ராஜஸ்தானை மகாபலிபுரத்துக்கு அழைத்து வந்த ஆர்ட் டைரக்டர்; ஒரே சமயத்தில் ஒன்பது கதைகள் மூளைக்குள் ரீங்கரிக்கும் ராஜசேகர்; சொந்த வாழ்க்கையின் நெருக்கடிகள் அத்தனையும் ஒரு சிறிய கால் இன்ச் புன்னகையில் அடக்கிவிட்டு 'ரௌத்திரம் பழகு' என்று பாரதி சொன்னதை வியக்கும் கமல்; இத்தனைக்கும் மத்தியில் கம்ப்யூட்டர் புத்தகத்தை மர்ம நாவல் போலப் படித்துக் கொண்டிருந்த இன்ஜினியர் பெரிய நாயகம்...

விக்ரம் ஒரு மகத்தான அனுபவம்தான்.

29

ஒரு சினிமா அனுபவம்

என் தொடர் கதைகள் ஆரம்பமாகும்போதோ அல்லது முடியும்போதோ சினிமா உலகத்துக்கு ஒரு விதமான ஆவேசம் வரும். அந்தக் கதையை சினிமா எடுத்தே ஒழிப்பது என்று வலுக்கட்டாயமாக ஒரு கோஷ்டி கிளம்பும். 'கரையெல்லாம் செண்பகப்பூ' ஆரம்பித்த போது, என் தோட்டத்தில் ஒரு கிரிக்கெட் டீம் அளவுக்குத் தயாரிப்பாளர்கள் கூடி விட்டார்கள்.

இந்தக் கட்டுரை க.செ. பற்றி அல்ல. அதை விட சுவாரஸ்யமான 'காகிதச் சங்கிலிகள்' பற்றியது.

'காகிதச் சங்கிலிகள்' நான்கு வருஷங்களுக்கு முன்பு ஒரு குறுநாவலாக, நாலைந்து வாரம் 'சாவி' இதழில் வெளிவந்தது. வெளிவந்த உடனே சின்னதாக சினிமா பாட்டு புஸ்தகம் சைஸுக்கு ஒரு நியூஸ் ப்ரிண்ட் எடிஷனையும் சாவி வெளியிட்டார். இவ்வடிவத்தில்தான் பஞ்சு அருணாச்சலம் அந்தக் கதையைப் படித்

திருக்கிறார். கதை எளியது. புதுசாகக் கல்யாணமான கணவன் திடீர் என்று சிறுநீரகம் (கிட்னி) பழுதுபட்டு உயிருக்கு ஊசலாடுகிறான். அவன் மனைவி, மாற்றுச் சிறுநீரகம் தானம் தரும்படி கணவனின் உறவினர்களை எல்லோரையும் மன்றாடிக் கெஞ்சுகிறாள். அவர்கள் காலந்தாழ்த்துகிறார்கள். கணவன் இறந்துவிடுகிறான். 'எல்லாரும் சேர்ந்து அவரைக் கொன்னுட்டா' என்கிறாள். அவ்வளவுதான்.

இந்தக் கதை வெளிவந்த புதிதில் பலரை பாதித்தது. எனக்குக் கடிதங்கள், போன் கால்கள். 'நான் தானம் தருகிறேன், கதையை மாற்றி எழுது' என்று தந்திகள் இப்படியெல்லாம் வந்தன. அந்த நாள்களில் சென்னை சென்றிருந்த போது பஞ்சு அருணாச்சலம் என்னை வரவழைத்து, 'காகிதச் சங்கிலிகள் படிச்சங்க. நல்ல கதை. இதைப் படமா எடுத்துரலாம், உடனே' என்று அட்வான்ஸ் தொகையையும் கொடுத்தார். (எத்தனை அட்வான்ஸ் என்று தெரிந்து கொள்ள விரும்புகிறவர்கள் என்னை என் மாதாந்திர சுற்றுப்பயணத்தில் பத்தாம் தேதி கடலூர் அஜிஸ் மான்ஷன் போன் நம்பர் 123ல் தொடர்பு கொள்ளவும்.)

'காகிதச் சங்கிலிகள்' பூஜை அதன் டைரக்டர் திரு.எஸ்.பி முத்துராமன் வீட்டின் மாடியில் நடைபெற்றது. கமலும் அம்பிகாவும் சாந்தி கல்யாண சீனில் நடிக்க படப்பிடிப்பு தொடங்கியது. பிரொட்யூஸர் ஒரு வெற்றிப் படத்துக்கு அப்புறம் இரண்டு மூன்று 'அடி'யைப் பார்த்து நொந்து போயிருந்தார். படுக்கை பூரா மல்லிகைப்பூ இறைந்திருக்க, சிவப்பில் சாரிகட்டிக் கொண்டு அம்பிகா, என்னிடம், தானும் கதைகள் எழுதுவேன் என்றும் 'நாதா' ரெட்டியாரை சிலாகித்தும் பேசினார். சுமன் உயரமாக மேகங்களுக்கு அருகே தலை இருந்ததால் ஜலதோஷமாக மூக்கு சிந்திக் கொண்டிருந்தார். நான் பங்களூர் திரும்பி வந்து விட்டேன்.

மூன்று மாதம் கழித்து படப்பிடிப்பு மளமளவென்று முன்னேறுவதாகத் தந்தி பேப்பரில் செய்தி வந்து ஒரு ஸ்டில் போட்டோவும் போட்டிருந்தார்கள். அதில் மைதானத்தில் கிடாவெட்டு ஒன்று நடந்து கொண்டிருந்தது. அடடா கதையில் இல்லவே இல்லையே. கதை முழுவதும் ஜெனரல் ஆஸ்பத்திரியில் நடக்கிறதே. அங்கே ஒரு மைதானமோ, ஆட்டுக்கிடாவோ உள்ளே

வர சாத்தியமே இல்லையே என்று அடுத்த முறை சென்னைக்குச் சென்ற போது பஞ்சு அவர்களை விசாரித்தேன்.

'அதுங்களா? காமெடி ட்ராக்குங்க. கதை பூரா சென்டிமெண்ட் டல் மேட்டர்ரா ஆயிடுத்தா, கொஞ்சம் ரீலீஃபுக்கு சோ, மகேந்திரன் இவுங்களை வெச்சுக்கிட்டு காமெடி - காரி ஆன் டாக்டர்! மாதிரி ஒரு காமெடி பண்ணிருக்கம். அது சம்பந்த மான ஸ்டில்லா இருக்கும், கிடாவெட்டுன்னா சொன்னீங்க? விசாரிக்கிறேங்க.'

நாட்கள் உருண்டோடின. மற்றொரு மதராஸ் விஜயத்தில் பஞ்சு அவர்களின் உதவியாளரை ஒரு நட்சத்திரக் கல்யாணத்தில் சந்தித்தேன்.

'காகிதச் சங்கிலிங்களா? அது வந்து டிஸ்கஷன் போது ஒரு சிக்கல் வந்துருச்சுங்க கிட்னி, கிட்னி, சிறுநீரகம், சிறுநீரகம்னு அடிக்கடி கதைல வருதுங்க. தாய்மாருங்களுக்கு எப்படி இருக்கும்? அவங்கவங்க எந்திரிச்சு. பாத்ரும் போயிரமாட்டாங் களா?'

அதனால்தான் சிறுநீரகத்தை இதயம்னு மாத்தலாம்னு யோசிச்சுக் கிட்டிருக்கங்க. இதயம்னுட்டா பாருங்க, எல்லா சிக்கலும் தீர்ந்துருது. அதை வெச்சுக்கிட்டு எவ்வளவு வசனம், பாட்டு அருமையா எழுதலாம். கிட்னியை வெச்சுக்கிட்டு என்ன பண்ண முடியும் சொல்லுங்க? சாப்பிடலாம், ஒண்ணுக்குப் போக லாம்,வேற என்னங்க?''

அவர் சொல்வதில் உள்ள நியாயத்தை உணர்ந்து நான் உடனே பஞ்சு அருணாச்சலத்துக்கு போன் செய்தேன். அவர் கிடைக்க வில்லை. ஊருக்கு வந்த கையோடு அவருக்கு ஒரு கடிதம் எழுதினேன். கதையே காமெடி ட்ராக், இதயம் என்று கணிசமாக மாற்றிவிட்டதால் இனி என்னுடையது என்று மிச்சமிருப்பது 'காகிதச் சங்கிலிகள்' என்கிற டைட்டில் மட்டுமே. அதையும் மாற்றி என் பெயரை நீக்கிவிடுங்கள் என்று எழுதியிருந்தேன். பதில் இல்லை. (சினிமாக்காரர்கள் கடிதம் எழுத மாட்டார்கள். பாக்யராஜ், சிவக்குமார் தவிர.)

பஞ்சுவை அடுத்த முறை சில மாதங்கள் கழித்துச் சந்தித்த போது, 'நீங்க சொன்னபடியே செஞ்சுட்டங்க. பேரையும் மாத்திட்டம்.

அட்வான்ஸ் இருக்கட்டுங்க. சந்தர்ப்பம் ஏற்படறப்ப ஒரு லோ பட்ஜெட் ஆர்ட் மூவி எடுத்தரலாம்' என்றார். நான் சந்தோஷத்தோடு ஒப்புக்கொண்டேன்.

என்ன பெயர் மாற்றினார்கள் என்று தெரியவில்லை. படம் முடிந்ததா, ரிலிஸ் ஆயிற்றா தெரியவில்லை. உங்களுக்குத் தெரியுமா? சுமனும் அம்பிகாவும் சாந்தி கல்யாணம் பண்ணிக் கொள்கிறார்கள். கிடா வெட்டு வருகிறது. காமெடி ட்ராக், ஆஸ்பத்திரி நர்ஸ், வார்டுபாய் என்றெல்லாம் வரும்.

நீங்கள் யாராவது பார்த்திருந்தால் எனக்குத் தகவல் சொல்லுங்கள். மாற்று இதய சிகிச்சைகூட வரலாம்.

பின்னர் சுமார் 2 வருஷம் 'காகிதச் சங்கிலிகள்' தூங்கியது. போன வருஷம் அதற்கு மறுபடி ஒரு ராஜகுமார முத்தம் கிடைத்தது. ஒரு நாள் இரவு டைரக்டர் சி.வி. ராஜேந்திரன் பங்களூருக்கு படப் பிடிப்புக்கு வந்திருந்தவர், வீட்டுக்கு வந்தார்.

'என்ன ஸ்டோரி ஸார் அது! அப்படியே என்னை உலுக்கிருச்சு! காகிதச் சங்கிலிகளை நான் எடுத்தே ஆகணும்.'

'தாங்க்ஸ். ஆனா அது பஞ்சு சார்கிட்ட...'

'எல்லாம் தெரியும். அவர்கிட்டே பர்மிஷன் கேட்டுக்கிட்டுத் தான் எடுக்கப் போறோம். அவங்களுக்கு இப்போதைக்கு இதில் இண்ட்ரஸ்ட் இல்லை. செகண்ட் ஆஃப் பூரா அப்படியே வரிக்கு வரி உங்க ஸ்டோரி தான்.'

'ஃபர்ஸ்ட் ஆஃப்?'

'முதல் பாதியில் அந்தக் குடும்பம் எப்படி ஒத்துமையா வாழ்ந் தாங்க. எப்படி சந்தோஷமா இருந்தாங்க. எப்படி கதாநாயக னுக்கு ஒரு சின்ன முள்ளு குத்தினாகூட அவங்களுக்கெல்லாம் தாங்கவே தாங்காதுன்னு காட்டினா கான்ட்ராஸ்ட் கிடைக்கும். அதும், ஸ்க்ரீன் ப்ளே உங்ககிட்டே காட்டி, அப்ரூவல் வாங்கிக் கிட்டுதான் எடுக்கப் போறோம்...'

'எதுக்கும் பஞ்சுகிட்ட நீங்க எடுக்கறதைப் பத்தி ஒரு வார்த்தை சொல்லிடுங்க. ஏன்னா, லீகல் ப்ராப்ளம் எதும் வரக்கூடாது பாருங்க.'

‘தாராளமா. ‘காகிதச் சங்கிலிகள்’ங்கற டைட்டில் சேம்பர்ல ரிஜிஸ்டர் ஆயிருக்கு. அதனால் ‘பொய் முகங்கள்’னு மாத்திர லாம். யூ லைக் இட்?’

பஞ்சு, சி.வி. ஆர் தன்னிடம் பேசியதாகவும், தாராளமாக அவர் களுக்குக் கொடுக்கலாம் என்று சொன்னார்.

இந்த முறை ‘காகிதச் சங்கிலிகள்’ பொய் முகங்களாக பாடல் பதிவுடன் தொடங்கியது. சுலக்ஷ்ணா, ஹீரோயின். பங்களூர் திரு. வீராசாமியின் மகன் ராஜாவோ என்னவோ பேர் சொன் னார்கள். அவர்தான் ஹீரோ. ப்ரொட்யூஸர் இப்போது சின்னப் பையன் போல இருந்தார். பாங்கில் வேலை செய்கிறதாகச் சொன்னார். என் நண்பர் வெங்கட் தான் கதை.

‘பயப்படாதிங்க. உங்க தீமை ஸ்பாயில் பண்ணாம உங்க லைன்ஸையே உபயோகிச்சு எழுதறேன்.’

‘பொய் முகங்கள்’ மளமள வென்று முன்னேறுவதாக தந்தி பேப்பரில் செய்தி வந்திருந்தது. ஸ்டில் கூட வந்திருந்தது. குமுதம் இதழில் ஒருகலர் படம் கூட வந்திருந்தது. (இரண்டு முகங்கள் கிட்டே கிட்டே) சென்னைக்கு அடுத்தமுறை வந்த போது படப்பிடிப்புக்கு அத்தாட்சியாக நிறைய கலர் கலராக ஸ்டில் எல்லாம் காட்டினார்கள். ஒரு ஸாங் போட்டுக் காட்டி னார்கள். வைரமுத்து, உருக்கமாக மனிதனுக்கு எத்தனை பொய் முகங்கள் என்று விசாரித்து எழுதியிருந்தார். ஸ்டில்களில் அந்தப் பையன் தாடி வைத்துக்கொண்டு, சன்னலுக்கு வெளியே பார்த்துக் கொண்டிருந்தான். ‘சுலக்ஷ்ணா தழைய வாரிக் கொண்டு, பெரிசா பொட்டு இட்டுக் கொண்டு, சன்னலுக்கு வெளியே பார்த்துக்கொண்டு இருந்தார்.

‘ரொம்ப நல்லா வந்திருக்குங்க. நிச்சயம் அவார்டு பிக்சர்ங்க. நீங்க பார்த்துட்டு அதைப்பத்தி எழுதுங்க. அடுத்த தடவை வர்றப்ப போன் பண்ணுங்க. ப்ரொஜெக்ஷனுக்கு ஏற்பாடு செய்யறேன்’ என்றார் ப்ரொட்யூஸர்.

‘படம் முடிஞ்சுருச்சா?’

‘முடிஞ்சுருச்சு. இன்னம் கொஞ்சம் பாட்ச் வொர்க் பாக்கி. தீபாவளிக்கு ரிலீஸாயிரும்.’

இது சென்ற தீபாவளி! அதன் பின் ப்ரொட்யூஸரிடம் டெலி போனில் பேச ஒரு சந்தர்ப்பம் கிடைத்தபோது, படம் ஒரு புதிய சிக்கலில் மாட்டிக்கொண்டிருப்பது தெரிய வந்தது.

தமிழகத்தின் மாண்புமிகு முதலமைச்சர் எம்.ஜி.ஆர். அவருக்குத் திடீர் என்று உடல் நலம் குறைந்து சிறுநீரகத்தில் கோளாறு ஏற்பட்டு, மயக்க நிலையில் அமெரிக்காவுக்குச் சென்று, அங்கே திறமையுள்ள மருத்துவ நிபுணர்கள் அவர்கள் மாற்றுச் சிறுநீரகம் ‘காகிதச் சங்கிலிகள்’ போலல்லாமல் அவருடைய உறவினர் மனமுவந்து சம்மதிக்க, பொருத்தப்பட்டு அவர் நினைவும் செயலும் பெற்றுத் தாயகம் திரும்பியது உங்கள் எல்லோருக்கும் தெரிந்திருக்கும்.

‘காகிதச் சங்கிலிகளி’ன் தயாரிப்பாளர் இந்தச் சம்பவம் திரைப் படத்தின் சென்டிமெண்டை ‘ஆண்ட்டி சென்ட்டிமெண்ட்’ டாக மாற்றிவிட்டதால் படம் இந்தச் சமயத்தில் ஓடாது என்று டிஸ்ட்ரி ப்யூட்டர்கள் தொட மறுப்பதாகச் சொன்னார். ‘கதாநாயகனுக்கு எல்லாருமே கிட்டினி தானம் குடுக்க வராப்பல மாத்தி சந்தோஷமா முடிச்சுருங்க. பொட்டி எடுக்கறோம்’ என்றார்கள்.

நாள்கள் மறுபடி உருண்டோடி, இன்றைய தேதி வரை’ *(12.10.1985)* தயாரிப்பாளரிடமிருந்து தகவல் இல்லை. அவர் எந்த பாங்கில் வேலை செய்கிறார் என்று விசாரிக்கக்கூட மறந்து விட்டேன். நீங்கள் ஏதாவது பாங்கில் - சின்னப் பையன் போல் இருப்பார், பனியன் போடாமல் தங்க சங்கிலியும் மல்ஜிப்பாவும் போட்டிருப்பார்- அவரைப் பார்த்தால், ‘பொய் முகங்கள்’ என்ன ஆச்சு என்று கேட்டுப்பாருங்கள். கதாநாயக இளைஞனை என்னவோ பேர் சொன்னார்களே, ஒரு முறை கமலஹாசன் வீட்டு எடிட்டிங் ரூமில் பார்த்தேன். ‘காகிதச் சங்கிலிகள்’ எழுதினது நான்தான் என்று அறிமுகமானதும், என்னை ஏதோ சபையில் கெட்ட காரியம் பண்ணினவனைப் போலப் பார்த்தார். சி.வி. ராஜேந்திரன் இப்போதெல்லாம் நன்றாக ஓடிச் சளைத்த இந்திப்பட ரீமேக்குகளை செய்கிறார். வெங்கட், பிராமணர்கள் கோபித்துக் கொள்ளும்படி நாடகங்கள் எழுதுகிறார்.

சமீபத்தில் எனக்கு ஒரு போன் கால் வந்தது... ‘சுஜாதா சாருங் களா? எம் பேர் ராஜராஜன்ங்க. ராஜா கிட்டே ஒர்க் பண்ணிட்டு, இப்ப ஃப்ரொண்ட்ஸ்ங்கள்ளாம் சேர்ந்து சொந்தப்படம்

எடுக்கறோம். 'காகிதச்சங்கிலிகள்'னு உங்க சப்ஜெக்ட் ஒண்ணு என்னை அப்படியே உலுக்கிருச்சுங்க. அதை பண்ணணும்னு ரொம்ப நாளா...'

'ராங் நம்பர்!'என்று போனை வைத்துவிட்டு அதன் இணைப்பையும் பிடுங்கிவிட்டேன்.

30

எது சஸ்பென்ஸ்?

கிச்சாமி நாற்காலியில் வந்து உட்கார்கிறான். உடனே மேற்படி நாற்காலி வெடிக்கிறது. இது சத்தியமாக சஸ்பென்ஸ் இல்லை.

அதே நாற்காலியின் அடியில் ஒரு சர்தார்ஜி பாம் வைப்பதை முதலில் சொல்லிவிடுகிறோம். அதன்பின் கிச்சாமி உள்ளே நுழைந்ததுமே அந்த நாற்காலியில் உட்காரத்தான் நினைத் தான். அலமாரியில் இருக்கும் அவன் மனைவி யின் போட்டோவை ஏனோ பார்க்க வேண்டும் போலத் தோன்றியது. அதைப் பார்த்துவிட்டு வந்து நாற்காலியில் உட்காருவதற்கு முன்... வாசலில் சைக்கிள் மணியோசை கேட்டதில்.. பக்கத்து வீட்டுப் பால்காரன்... கிச்சாமி மெல்ல...

இது சஸ்பென்ஸ்!

இங்கீலீஷ் வார்த்தைக்கு ஈடாக மர்மம், திகில் என்றெல்லாம் சொல்லலாம். சஸ்பென்ஸ் என்பதன் நேர் அர்த்தம் Uneasy, Uncertainty... ஒத்திப்போடுவது, தீர்மானமில்லாமலிருப்பது.

எதை ஒத்திப் போடுகிறோம்? எதிர்பார்த்த ஒரு விஷயத்தை, ஒரு நிகழ்ச்சியை, ஒரு பயங்கரத்தை, இதில் கிளைத்தெழுவது அடுத்தது என்ன என்கிற ஆர்வம்.

இப்போது தமிழில் எழுதுபவர்கள் பலர் சஸ்பென்ஸ் என்றால் என்ன என்று தெரியாது குருட்டாம் போக்கில் எழுகிறார்கள். ஏதோ தற்செயலாக சஸ்பென்ஸின் ஆதார விதிகளுக்குள், அவர்கள் எழுதுவது அமையும் போது கதை பிழைக்கிறது.

ஆதார விதிகள் என்ன?

ஷெர்லக் ஹோம்ஸ் கதைகளைச் சிருஷ்டித்த ஆர்தர் கோனன் டாயிலைத் தெரிந்திருக்கலாம். அவருடைய 'செந்தலைச் சங்கம்' என்கிற சிறுகதை (Red Headed League)... இந்தக் கதையில் 'சிவப்பான தலைமுடி இருப்பவர்கள் மட்டும் விண்ணப்பிக்க வும்' என்று ஒரு வேலை வாய்ப்பு விளம்பரம் வருகிறது. இண்டர்வியூவுக்குப் போனால் ஏராளமான செந்தலையர்கள்... அவர்களில் ஒருத்தனே ஒருத்தனை மட்டும் அழைத்துப் போய் வேலை கொடுக்கிறார்கள். என்ன வேலை? நாள் முழுவதும் கலைக் களஞ்சியத்தைப் பிரதியெடுப்பது!

இந்தக் கதையில் சஸ்பென்ஸுக்கு உண்டான தேர்ந்த அம்சங்கள் அனைத்தும் உள்ளன. வாசகருக்கு ஒரு நிகழ்ச்சியின், ஒரு குற்றத்தின் ஒரு பகுதி மட்டும் காட்டப்படுகிறது. முதலில் சம்பந்தமே இல்லாத சம்பவங்கள்! செந்தலை... வேலை வாய்ப்பு... கலைக்களஞ்சியம் இவற்றை எப்படிச் சம்பந்தப் படுத்தப் போகிறான் என்கிற ஆர்வத்தைக் கிளப்புகிறது. சம்பவங்களுக்கு இடையில் தர்க்க ரீதியான ஒரு தொடர்பு இருந்தால்கூட அது முழுவதும் காட்டப்படுவதில்லை. கடைசி வரை ஒத்திப் போடப்படுகிறது.

இந்த வகை சஸ்பென்ஸை 'ஐஸ் கட்டியின் முனை' (Tip of the iceberg) என்று சொல்வார்கள். ஸ்டான்லி கார்டனரின் 'கடன் வாங்கிய செம்பட்டைத் தலைக்காரி' ஒரு நல்ல உதாரணம். ஹிட்ச்காக்கின் அதிகம் தெரிந்த மனிதன் (The Man who knew too much) இவ்வகை சினிமாவின் சிறந்த உதாரணம்.

அடுத்த வகை, ஓப்பன் சஸ்பென்ஸ்! குற்றம் எப்படி நடந்தது, யார் செய்தார்கள் என்பதெல்லாம் ஒளித்து வைப்பதில்லை.

அதற்குப் பதிலாகக் குற்றம் செய்தவன் எப்படி மாட்டிக் கொள்கிறான் என்பதுதான் சஸ்பென்ஸ். இதுவும் ஒரு விதமான லேசான ஒத்திவைப்புதான். குற்றவாளி மாட்டிக்கொண்டே ஆகவேண்டும் என்கிற சித்தாந்தத்தின் அடிப்படையில் ஏற்பட்ட கதைகள்... இதில்தான் கிச்சாமியின் நாற்காலிகளுக்கு நிறையவே இடம். 'டர்ட்டி ஹாரி' என்கிற க்ளிண்ட் ஈஸ்ட்வுட் திரைப்படம் நல்ல உதாரணம். சேஸின் நாவல்கள் பலவும் இந்த 'ஓப்பன் சஸ்பென்ஸ்' வகைதான். இந்த வகையில் சமீபகால உதாரணங் களில் லாரன்ஸ் ஸாண்டர்ஸ் என்பவரைக் குறிப்பிடலாம். இந்த வகை 'ஓப்பன் சஸ்பென்ஸ்' நாவல்களில் குற்றவாளிகளின் மேல் அனுதாபம் ஏற்படக்கூடிய அபாயம் உள்ளது.

மூன்றாவது வகை 'குற்றத்தோடு பிரயாணம்.' இவ்வகைக் கதை களில் ஒரு விதமான இயல்பும் உண்மைத்தனமும் அமைவது உண்டு. இந்தக் காலத்தில் கொலை போன்ற குற்றங்கள் முன்னேற்பாடு இல்லாமல் ஒருவிதமான உணர்ச்சிப்பூர்வமான மூர்க்கத்தில் செய்யப்பட்டு விடுகின்றன. இந்த ரீதியில் கதை ஆரம்பத்தில் பரம சாதுவாக இருப்பவன், சந்தர்ப்ப சூழ்நிலைகள் ஒவ்வொன்றாக சதி செய்ய, குற்றவாளியாகிறான். திருடுகிறான். கொள்ளையடிக்கிறான். ரேப்புகிறான் என்று நிகழ் வேகத்தில் கதையைச் சொல்லிக் கொண்டு போவது. இதில் ஆதாரச் சம்பவங்களில் யோக்கியம் இருந்தால் கதை சுவாரஸ்யமாகப் போகும்.

நான்காவது வகை, ஒரு குற்றத்தை ஏழெட்டு பேர் செய்ததாகச் சாத்தியக்கூறுகளைக் காட்டிவிட்டு, யார் செய்தார்கள் என்று கண்டுபிடிப்பது. பாதி வழியில், 'வாசகரே! உங்களுக்கு எல்லா க்ளூவும் கொடுத்தாகிவிட்டது. குற்றவாளி யார் என்று கண்டு பிடிக்க வேண்டியது உங்கள் சாமர்த்தியம்.' இது அகாதா கிறிஸ்டி யின் ஸ்பெஷாலிட்டி.

அகாதாவின் டென் லிட்டில் நிக்கர்ஸ், ஏபிஸி மர்டர்ஸ் இரண்டும் இவ்வகையில் பிரசித்தம். மவுஸ்ட்ராப் (Mousetrap) என்று பதினாறு வருஷம் ஓடும் அவருடைய நாடகமும் இந்த வகை.

ஆதாரமாகப் பார்த்தால் எல்லா நல்ல கதைகளிலும் சஸ்பென்ஸ் அம்சம் (அடுத்தது என்ன?)இருக்கவே செய்யும். செக்காவ், மோப்ஸஸான், ஸாக்கி போன்ற சிறுகதை எழுத்தாளர்களைப் படிக்க!

நல்ல எழுத்தாளர்கள் சஸ்பென்ஸை அளவோடு பயன்படுத்து வார்கள். எதிர்பார்ப்பும் திடுக்கிடலும் மாறி மாறி வரும். அலிஸ்டைர் மக்ளீன், கோல்டன் ராண்டேவு என்கிற நாவலின் (Golden Rendezvous) ஆதி ஆரம்பத்தில் பேஸ்மேக்கர் கோல்ட் (Pacemaker Colt) என்கிற துப்பாக்கியை விவரமாக வர்ணிக் கிறார். அது எப்படி தனிப்பட்ட கைவேலைக் கலைஞர்களால் ஒரு கலைப் பொருள்போலச் செய்யப்பட்ட துப்பாக்கி... எப்படி அதில் சுட்டு குண்டுபட்டால், குண்டு சுழன்று சுழன்று உள் ளுக்குள் ரத்த மலர் பொங்கும் என்று ஆற அமர நிதானமாக வர்ணித்துவிட்டு, அடுத்த வரி Such gun was pointed at me! எதற்காகத் துப்பாக்கியை இவ்வளவு விவரமாக வர்ணிக்கிறான் என்கிற ஆர்வத்தைக் கிளப்பிவிட்டு, உடனே கதையை டாப்கியருக்கு மாற்றுவது. இந்தத் திறமை மேனாட்டு பெஸ்ட் ஸெல்லர் எழுத்தாளர்கள் அத்தனை பேருக்கும் கைவந்த கலை. சென்ற நூற்றாண்டில் ஆரம்பத்தில் ப்ராங்க் ஸ்டாக்டன் என்கிற சிறுகதை எழுத்தாளர் எழுதிய 'லேடி ஆர் தி டைகர்?' என்கிற ஒரே ஒரு கதை இன்னும் பேசப்படுகிறது.

ஸ்டாக்டன் இந்தக் கதையை 1882ல் எழுதினார். அதன் பிரபல மும், அது தந்த ஏமாற்றமும் ஆயிரக்கணக்கான கடிதங்களைத் தூண்டின. இன்றுவரை இந்தக் கதை, உலகிலேயே மிகப் பிரபலமான சஸ்பென்ஸ் கதையாகப் பேசப்படுகிறது. நூறு வருஷம் கழித்துக்கூட இதன் முடிவை விவாதிப்பவர்கள் இருக்கிறார்கள். கதை என்ன என்று சொல்கிறேன்.

ரொம்ப நாள் முன்னால் ஒரு ராஜா இருந்தான். அவனுடைய தலைநகரில் ஒரு பெரிய ஸ்டேடியத்தில்தான் பொதுஜன கேளிக்கைகளும் தண்டனைகளும் நடக்கும். எல்லோரும் பார்த்து மகிழ்வார்கள்.

ராஜாவின் கவனத்தைக் கவரும் வகையில் ஒரு குற்றம் நிகழ்ந்து விட்டால் குற்றவாளியை ஸ்டேடியம் நடுவில் கொண்டு வந்து விடுவார்கள். எல்லோருக்கும் தகவல் சொல்லி ஜனங்கள் சூழ்ந்திருக்க, குற்றவாளிக்குத் தண்டனை அளிக்கப்படும். தண்டனை என்ன? ராஜா சைகை காட்ட, குற்றவாளிக்கு எதிரே அருகருகே இரண்டு கதவுகள் இருக்கும்.இரண்டும் ஒரே மாதிரித் தோற்றம் கொண்டது. அதில் ஒன்றைக் குற்றவாளி, தன் இச்சைப் படித் தேர்ந்தெடுத்துத் திறக்க வேண்டும். ஒரு கதவைத் திறந்தால்

அதனுள்ளிருக்கும் பசித்த புலி வெளிவந்து அவன் மேல் பாய்ந்து குத்திக் குதறித் தின்றுவிடும். மற்றொரு கதவைத் திறந்தால் அவன் வயசுக்கும் தகுதிக்கும் ஏற்ப ஒரு பெண் - ராஜாவால் தேர்ந் தெடுக்கப்பட்ட அழகான பெண் - காத்திருப்பாள். அவளைக் குற்றவாளி உடனே கல்யாணம் செய்து கொள்ள வேண்டும். ஒரு கதவு கல்யாணம்; ஒரு கதவு பலி. எந்தக் கதவை என்பது குற்ற வாளியின் விதியைப் பொறுத்தது. வேறு யாரும் குறுக்கிடுவ தில்லை. ராஜா காட்டும் நியாயம் இதுதான்!

ராஜாவுக்கு ஓர் அழகான பெண் இருந்தாள். அவள் (எப்போதும் போல) அழகான ஏழை இளைஞனைக் காதலித்தாள். இந்தக் காதல் ராஜாவுக்குத் தெரிய வந்தது. உடனுக்குடன் அந்த இளைஞன் கைது செய்யப்பட்டான். தண்டனை? வழக்கம் போலத்தான்! இரண்டு கதவு. புலி அல்லது பெண்! இந்த ஸ்பெஷல் கேஸுக்காக ராஜா பிரத்யேகமாக தயார் செய்தார் - கோபம் அதிகமான, பசி அதிகமான புலி! அதேபோல் பெண் விஷயத்திலும் பேட்டையிலேயே பெரிய அழகியைத் தேர்ந் தெடுத்தார் ராஜா. அதில் எல்லாம் பாரபட்சம் இல்லாதவர்.

தண்டனை நாள் வந்தது. காதலன் கொண்டு வரப்பட்டு நடுவே விடுவிக்கப்பட்டான். இரண்டு கதவில் ஒன்றைத் திறப்பதற்கு முன், ராஜாவுக்குத் தலைவணங்கிவிட்டு அருகில் உட்கார்ந் திருந்த ராஜகுமாரியைப் பரிதாபமாகப் பார்த்தான். ராஜகுமாரிக்கு மட்டும் எந்தக் கதவுக்குப் பின்னால் புலி, எதில் பெண் என்பது முன்பே தெரிந்திருந்தது. (ஒரு பெண்ணின் வைராக்கியமும் காவலர்களின் பொன் ஆசையும் அவளுக்கு அந்தத் தகவலைக் கொடுத்திருந்தன.)

ராஜகுமாரியைப் பரிதாபத்துடன் பார்த்த காதலன், கண்ணா லேயே 'எந்தக் கதவு?' என்று கேட்டான். அதற்கு அவள் உடனே வலது கையைச் சற்றே உயர்த்தி வலது பக்கக் கதவைக் காட்டி னாள். அது அவள் காதலனுக்கு மட்டும்தான் தெரிந்தது.

காதலன் உடனே விறுவிறுவென்று நடந்துபோய் எதிரே வலது பக்கக் கதவைத் தயக்கமே இல்லாமல் திறந்தான்.

வெளிவந்தது புலியா? பெண்ணா? புலி என்றால், தான் உயிரையே வைத்திருந்த காதலன் துடிதுடித்துச் செத்துப் போவதை எப்படி ராஜகுமாரியால் தாங்கிக் கொள்ள முடியும்?

பெண் என்றால் மற்றொரு பெண்ணுடன் தன் காதலன் சுகித்து வாழ்வதை எப்படி அவளால் சகித்துக் கொள்ள முடியும்?

புலியா? பெண்ணா? எது?

நீங்கள்தான் சொல்லுங்களேன்...!

31. ராயகோபுரம்

ஜீயர் சுவாமிகளின் விடாமுயற்சியால் இன்று இந்தியாவிலேயே மிக உயரமாக எழுந்திருக்கும் ராய கோபுரத்தைச் சுற்றிலும் என்னுடைய இளமை நினைவுகள் அநேகம் உள்ளன. அப்போ தெல்லாம் அதற்கு மொட்டைக்கோபுரம் என்று பெயர். விஜயநகர ராயர்களின் ஆட்சிக்காலத்தின் விளிம்பில் கட்டப்பட்டதாலோ என்னவோ, ராஜா இனிமேல் காசில்லை, தீர்ந்து போய் விட்டது என்று சொன்னதால், முற்றுப்பெறாமல் விட்டுப் போன கோபுரத்தை முடிந்திருந்தால் எப்படி இருந்திருக்கும் என்று சின்ன வயசில் வீதிப் பயல்களிடம் கதை அளந்திருக்கிறேன். மேகத்தைத் துளைத்துக் கொண்டு ஓர் எவ்வு எவ்வினால் சந்திரன் மேல் அடியெடுத்து வைக்க லாம் என்று நான் சொன்னதை அப்பொழுதே பலர் நம்பவில்லை.

மொட்டைக் கோபுரத்தை பஸ் ஸ்டாண்டி லிருந்து அணுகும்போது வலப்பக்கத்தில் இருந்த மூலைக்கடையில்தான் என் முதன் முதல் சிகரெட் முயற்சி. ராத்திரி வேளையாகப்

பார்த்துச் சிம்னி விளக்கு வெளிச்சம் உள்ள கடையாகத் தேர்ந் தெடுத்து, முகத்துக்குக் குறுக்காகக் கைத்துண்டு போட்டு மூடிக் கொண்டு, இந்தப் பக்கம் அந்தப்பக்கம் நோக்கி வாயின் இடது ஓரமாக 'ஒரு சிகரெட்' என்றேன்.

'என்ன சிகரெட்டு? எத்தனையோ சிகரெட்டு இருக்குது?'

'எ... எ... எ... ஏதாவது!'

'கோதை அம்மா பேரன்தானே நீ? எதுக்காக மூஞ்சில சவுக்கம் போட்டிருக்கே?'

பைசா கொடுத்ததையும் பாராமல் ஓடி வந்துவிட்டேன்.

ராயகோபுரத்தின் முழு அழகையும் மறைக்கும் வகையில் ஒரு முன்மண்டபம் இருக்கும். ஒரு மாதிரி அசௌகரிய முக்கோண மாக. கூர்ச்சையாக முடியும் அந்த இடத்தில், என்ன செய்வது என்று தெரியாமல் கொஞ்சம் குரோட்டன்ஸ் வளர்த்து, நடுவே காந்தி சிலை வைத்தார்கள். இந்தியாவிலேயே சிரிக்கும் காந்தி சிலை அந்த ஓர் இடத்தில்தான் உள்ளது.

சிலைக்கு முன் பக்கத்தில் மண்டபத்தை இந்தப் பக்கம் அந்தப் பக்கம் தட்டி போட்டுத் தடுத்து, கோலா, சோடா, பத்திரிகை போன்றவற்றை விற்பார்கள். அவற்றில் 'சிடரெட்' என்ற பானத்தில் கொஞ்சம் அதிகப்படியாக ஆல்கஹால் இருக்கிறது என்று யாரோ புரளி கிளப்பிவிட, வைத்தி நெற்றியில் கைக் குட்டை கட்டிக்கொண்டு பாட்டில் பாட்டிலாக, 'சிடரெட்' பானம் அருந்துவான். அப்போதெல்லாம் மதுவிலக்கு அமுலி லிருந்ததால் 'கிக்' வேண்டுமென்றால் தெற்கு வாசல் மெடிக்கல் ஷாப்பில் ஜிஞ்சர் பரிஸை நாட வேண்டும். அதைச் சாப்பிட அசாத்தியத் திறமையும் கான்க்ரீட் வேய்ந்த வயிறும் வேண்டும்.

ராயகோபுரத்தை, வெள்ளைக்காரன் வரைந்த 'டாக ரோடைப்' என்ற சென்ற நூற்றாண்டுச் சித்திரத்தில் மேற்சொன்ன மண்டபம் இல்லை. முகப்பில் வைக்கோல் போரும் மாட்டு வண்டியுமாகப் பின்னணியில் ராயகோபுரம் தெரியும். இந்தச் சித்திரம் ஏ.கே. செட்டியாரின் 'தமிழ்நாடு பயணக் கட்டுரைகள்' என்ற புத்தகத் தில் இருக்கிறது. அந்தப் புத்தகத்தை என்னிடமிருந்து இரவல் வாங்கிச் சென்று இதுவரை திருப்பித் தராத நண்பரே! ஐயா! தயவு செய்து திருப்பி விடும்!

ராயகோபுரத்தை ஒட்டிய உள்பக்கத்திலிருந்து தெற்கு வாசல் என்னும் பிரதான கடைத் தெரு தொடங்கி கோயில் வாசல் வரை செல்லும். கோபுரத்தோடு ஒட்டிய பகுதியில், எதிர் எதிராக இரண்டு ஓட்டல்கள், எப்போதும் போட்டியாக ஒன்றை ஒன்று லவுட்ஸ்பீக்கர் சங்கீதத்தால் திட்டிக்கொண்டிருக்கும். இரண்டில் ஓர் ஓட்டல் மட்டும் எப்போதும் மூடியைத்திறந்தால் ரோஸ் மில்க், மாடியைத் திறந்தால் லாட்ஜிங் என்று கொழிக்க, மற்றது எப்போதுமே அழுதுவடியும். இது ஏன் என்று எனக்குப் புரிந்ததே இல்லை. இரண்டு ஓட்டல்களிலும் விசேஷம், உள்ளே போய் டிபன் சாப்பிடும்போது, பச்சை பெயிண்ட் அடித்த சுவரை உற்றுப் பார்த்தால் கிருஷ்ணதேவராயர் காலத்துச் சிற்பங்கள் தெரியும். 'இன்றைய ஸ்பெஷல்' போர்டு மாட்டிய சரித்திரம்!

ராயகோபுரத்தைக் கடக்கும்போது ஆர்க்கியலாஜிக் காரர்களின் நீல போர்டு ஒன்று இருந்ததாக ஞாபகம். அதோடு டவாலிச் சேவகர் ஒருத்தரும் நின்று கொண்டிருப்பார். அவரை ஒரு முறை உங்க ளுக்கு என்ன வேலை என்று கேட்டதில் அவர், 'போடாங்க....' என்று கெட்ட வார்த்தை பிரயோகித்தார். எதிர் எதிரே, கோபுர வாசலின் உள் பகுதியில் இருந்த படிகளில், அப்போது யாரும் ஏறிச்சென்றதாக நினைவில்லை. படிகள் இருந்தனவா என்ன? கண்டா முண்டாச் சாமான்கள் நிறைய இருந்தன. கொஞ்சம் நோண்டிப் பார்த்தால் கிருஷ்ண தேவராயர் காலத்துச் செருப்பு ஏதாவது அகப்படலாம்.

கோபுரத்திலிருந்து தெற்கு வாசலில் நடந்து செல்கையில் வெற்றுக்கு ஒரு நாலு கால் மண்டபம் இருக்கும். இதைக் கடந்த வுடன் வலதுபக்கம் சாத்தார வீதி. இடதுபக்கம் தெற்கு அடைய வளைஞ்சான். ஸ்ரீரங்கத்தில் அத்தனை வருஷங்கள் இருந்திருக் கிறேன். தெற்கு அடையவளைஞ்சான் தெருவுக்கு ஒரே ஒரு முறைதான் போயிருக்கிறேன். சித்திரை வீதிக்காரர்கள் மற்ற வீதிகளுக்கு லேசில் போகமாட்டோம். சாத்தார வீதி அப்படி யில்லை. அது கொஞ்சம் கலகலப்பாக இருக்கும். பூ விற்பார்கள். ஸ்ரீ ஜெயந்திக்குச் சப்பரம் கட்டுவதற்கு இங்குதான் வருவோம். சுவாமிக்குப் பூப்பல்லக்கு இங்குதான் செய்வார்கள். பெட்ரோ மாக்ஸ், வாழைமரம், சித்திரத்தை போன்ற நாட்டு மருந்துகள் எல்லாம் இங்கேதான் கிடைக்கும்.

சாத்தார வீதி மூலையில்தான் கலைஞர் கருணாநிதி, தந்தை பெரியார் போன்றவர்கள் எல்லாம் பேசுவார்கள். லவுட் ஸ்பீக்கர்

வைத்து சப்தத்தைத் தெற்கு வாசல் வரை கொண்டுவிடுவார்கள்! மூலையில் நின்று கொண்டு கேட்கக்கூடாது என்று கேட்டுக் கொண்டிருப்போம். பெரியார் ஸ்ரீ ரங்கநாதரிடம் ரொம்ப எக்கச்சக்க மான கேள்விகள் எல்லாம் கேட்பார். 'உறையூருக்கு எதற்குப் போறே நீ? வாலியை ஏண்டா மறைஞ்சு கொன்னே நீ?' என்றெல் லாம்! 'பாம்பையும் பார்ப்பானையும் பார்த்தால் பார்ப்பானை முதலில் அடி' என்பார். அந்தக் கூட்டங்களில் கறுப்புச் சட்டை போட்டுக்கொண்டு தலைமை தாங்கிய கருப்பண்ணக் கோனார் தான் எங்கள் தெருவில் பால் டிப்போ வைத்திருந்தார். எங்கள் குடும்பத்துக்கு ரொம்ப சிநேகிதர். பார்ப்பனரை வெறுக்கிறதையும் பால் வியாபாரத்தையும் அவர் கலக்கவே மாட்டார்!

சாத்தாரத் தெரு முனையிலிருந்து சற்று முன்னே போனால், கடைத்தெருவில் ஜவ்வாது, புனுகு, சந்தனம் எல்லாம் விற்பார் கள். கடைக்காரனின் ஸீட்டுக்கு அடியில் ஒரு கூண்டு வைத்து புனுகுப் பூனை சுற்றிச் சுற்றி நடந்து கொண்டிருக்கும். நான் பார்த்த முதல் 'ரோபாட்' இந்தக் கடையில் கையில் வாசனாதி திரவியங்கள் வைத்துக்கொண்டு தலையைச் சதா லேசாக ஆட்டிக்கொண்டிருந்த நாமம் போட்ட, விளம்பரச் செட்டியார் பொம்மை.

அந்தக் கடைக்கு அருகில், எதிரில் மண்டபத்தின் தூணருகில் தரைமட்டத்துக்கு இரண்டடி கீழே முகம் முழுவதும் வெண்ணெய் அணிந்து கொண்டு அடுத்த கிருஷ்ண ஜெயந்திக்குக் காத்திருக்கும் பாதாள கிருஷ்ணன். சந்நிதியின் முன் நடக்கும் உறியடி உற்சவம். எங்கள் கீழ்வாசல் உறியடியைப் போல அத்தனை விஸ்தாரமாக இருக்காது. முதுகு பூரா நாமம் போட்டுக் கொண்டு ஓர் ஆள் வந்து அலங்கார ஜகடை மூலமாகத் தொங்கிக் கொண்டிருக்கும் குட்டிக் குட்டித் தயிர்ச்சட்டிகள் வைத்த ஃபிரேமை ஒரே வீசு வீசி, உடைப்பதைப் பெருமாள் பார்த்திருந்துவிட்டு அவசரமாகப் புறப்பட்டுப் போய்விடுவார்.

ராயகோபுரத்தை ஒட்டியிருந்த சந்துகளில் ஒரு மாதிரி சொதசொத வென்று கறுப்புப் பன்றிகளும், முனிஸிபல் ஆயுதங்களுமாக இருக்கும். ஒரு தடவை டவுன் பஸ்ஸில் கோட்டை மெயின் கார்டு கேட்டுக்குப் போய்விட்டுத் திரும்பி வந்து கொண்டிருந்த போது, ஒரு திருடன் அந்தச் சந்தில் ஓடி மறைவதைப் பார்த்தேன். ராயகோபுரத்துக்கு வெளியே, ஆர்ச்சு வளைவாக ஒரு வாசல் இருக்குமே அதனுள் ஒரு காலனி; ஓட்டு வீடுகளாக உண்டு.

அந்தக் காலனியையெல்லாம் நாங்கள் ஸ்ரீரங்கமாகவே கருத மாட்டோம். திருடன் அந்தக் காலனியிலிருந்து வெளிப்பட்டு, ராயகோபுரத்தை ஒட்டிய சந்தில் மறைந்தான். அவனைத் துரத்திக் கொண்டு ஓடி வந்தவர்களில் ஒன்றிரண்டு பேர் உள்ளே போய் நாற்றம் சகிக்கவில்லையென்று திரும்பி வந்துவிட்டார்கள். மதிலெல்லாம் ஏற முடியாது. இங்கேதான் திரும்ப வந்தாக வேண்டும் என்று திருடனுக்காகக் காத்திருந்தார்கள். பேருக்குப் பேர், கம்பு, கொடிக்குச்சி, புளிய மிலாறு என்று வைத்திருந்தார் கள். எனக்குத் திருடன் வெளியே வராமல் இருக்க வேண்டுமே என்று கவலையாக இருந்தது! சந்தின் அந்தப் பக்கம் மடக்க, ஒரு கோஷ்டி போயிருந்தது.

அந்தத் திருடன் பொறுமையிழந்து அல்லது, நாற்றம் சகிக்காமல் வெளியேவந்து வசமாக மாட்டிக்கொண்டான். அவர்கள், அவனைப் பந்தல் காலில் கட்டித் தர்ம அடி அடித்தார்கள். ஒரு குட்டிப் பையன்கூட இடைவெளி வழியாக அவனை எட்டி உதைத்தான். 'திருடுவியா, திருடுவியா' என்று திரும்பத் திரும்பக் கேட்டுக்கொண்டே இருந்தார்கள். அவன் பதிலே சொல்லாமல் ஒவ்வொரு அடித்தவரையும் புதியவரைப் போல பார்த்துக் கொண்டே இருந்தான். வாயோரத்தில் ரத்தம் தெரிந்தாலும் அழவே இல்லை.

நான் ஓரத்திலிருந்து அவன் கண்களையே பார்த்துக் கொண்டிருந் தேன். ஒவ்வொரு அடியும் என்மேல் விழுவது போலத் தோன்றி யது. என்ன ஸார் திருடிவிட்டான்? என்றதற்கு, லக்ஷ்மணராவ் வீட்டில் திருட வந்ததாகவும் 'எடுத்துக்கட்டி'யிலிருந்து எட்டிப் பார்த்ததாகவும் ராயர் பெண் வீட்டுக்கு விலக்கானதால் மாடி யிலிருந்து கூச்சல் போட, தாவிக் குதித்து ஓடிப் போய்விட்டான் என்றும் சொன்னார்கள். போலீஸ்காரர்கள் வந்து, 'திருடனை அடிக்காதீங்க. ஸ்டேஷன்லே நாங்க பார்த்துக்கிறோம். அடிக் காதீங்க' என்று விடுவித்து, போலீஸ் நிலையத்துக்கு அழைத்துச் சென்ற பிறகு, அந்தத் திருடனை என் வாழ்நாளில் மறுபடி பார்ப்பேன் என்று நினைக்கவே இல்லை.

விதியின் சின்ன விளையாட்டுக்களில் இதுவும் ஒன்று என்றுதான் சொல்ல வேண்டும். நான் போனவாரம் பம்பாய் கம்ப்யூட்டர் மகாநாட்டுக்குச் சென்றிருந்த போது க்ராஸ் மைதானத்தில் எக்ஸிபிஷனில் ஹாலுக்கு ஹால் நடந்து, அலுத்துப் போய் ஓர் ஓரமாக நின்று கொண்டிருந்தபோது, ஒரு ஆள் என் அருகில்

வந்து, 'நீங்கதானே...' என்று தயங்க, 'ஆமாம் நான் தான்' என்றேன்.

'நீங்க ஸ்ரீ ரங்கம்னு கேள்விப்பட்டேன். போட்டோவில் பார்த் திருக்கேன்...'

'சந்தோஷம், நீங்களும் கம்ப்யூட்டரா...?'

'ஆமாம். நானும் உங்களைப் போலவே ஸ்ரீ ரங்கம், கம்ப் யூட்டர்...'

'ஸ்ரீ ரங்கத்தில் எங்கே?'

'அம்மா மண்டபத்தில் இருந்தேன். ஸ்ரீ ரங்கத்தில் மறக்க முடியாதது ராயகோபுரம். அந்தக் கோபுரத்துக்கு முன்னால் ஒரு தடவை என்னைக் கம்பத்தில் கட்டி உதை உதைன்னு உதைச்சிருக் காங்க!'

'அப்படியா! எந்த வருஷம்?'

'1949!'

'வாட் எ சர்ப்ரைஸ்! அந்தச் சம்பவத்தை நான் பார்த்திருக்கேன். பந்தல் கால்ல கட்டிவெச்சு... நீங்கதானா அந்தத் திருடன்! இப்ப என்ன பண்றீங்க?'

'கலிபோர்னியாவில் கம்ப்யூட்டர் சயன்டிஸ்ட்டா இருக்கேன். நீங்ககூட என்னை அடிச்சீங்களா அன்னைக்கு?'

'சேச்சே! உங்களைப் போலீஸ்காரர் நல்ல வேளை அழைச்சுட்டுப் போயிட்டார்! ஆச்சரியம் ஆச்சரியம்! ஸ்ரீ ரங்கத்தில் திருட்டி லிருந்து கலிபோர்னியாவில் கம்ப்யூட்டர் சயன்ஸா?'

'திருடவும் இல்லை ஒண்ணும் இல்லை ஸார்!'

'அப்படியா? பின்னே எதுக்கு உங்களைத் துரத்தி வந்து அடிச் சாங்க?'

'இதைச் சொன்னால் கதை பண்ணிடுவீங்க... அன்னிக்கு நான் லக்ஷ்மணராவ் பொண்ணை, மாலினி மாலினின்னு வாட்ட சாட்டமா இருப்பா தெரியுமா?'

'தெரியாது' என்றேன் அவசரமாக.

'அவளைப் பார்க்கத்தான் மாடிக்குப் போயிருந்தேன். மாட்டிக் கிட்டேன்! ஓடி வந்துட்டேன்! அந்தப் பொண்ணும் சம யோசிதமா திருடன் திருடன்னு கத்திருச்சு! நான் திருடன் இல்லை, அந்த மாலினியைப் பார்க்கத்தான் வந்தேன்னு சொல்லி யிருந்தால் அவளை நிமித்தியிருப்பாரு அவங்கப்பா!'

'யூ மீன் அந்த அடியெல்லாம் ஒரு பொண்ணைக் காட்டிக் கொடுக்காமல் இருக்கறதுக்காக வாங்கிக்கிட்டீங்களா?'

'ஆமாம். ஐ வாஸ் ஸோ ரொமாண்டிக் அட்தட் டைம்! அந்த மாலினி எங்க இருக்கா இப்பன்னு கூடத் தெரியாது!'

ராயகோபுரத்தைச் சுற்றிப் பல நினைவுகள். இப்போது மொட்டை கோபுரத்தைப் பூர்த்தி செய்துவிட்டார்கள். கும்பா பிஷேகம், கும்பல், மந்திரிகள், கலசங்கள்... இவைகளுக் கெல்லாம் மத்தியில், எனக்கு ஓர் இழப்பு இருக்கிறது. முற்றுப் பெறாததை முற்றுப் பெறாமலே வைத்திருப்பதில் இருக்கும் அழகையும் கவிதையையும் இழந்து விட்டிருக்கிறோம். வீனஸ் டி மிலோவின் கரங்களை யாரும் புதிதாகச் செய்து ஒட்ட வைக்க முயற்சி செய்யவில்லை. கொலீஸியம் போன்றவைகளையும் கிரேக்க நாகரிகத்தின் தூண்களையும் ஏன் விஜய நகரத்தையுமே யாரும் கான்க்ரீட் சிமெண்ட் போட்டு முடித்திருக்கிறார்களா? அபத்தம்!